संशोधन करताना...

How to do research

डॉ. नीलम ताटके

डायमंड पब्लिकेशन्स

संशोधन करताना...
डॉ. नीलम ताटके
Sanshodhan kartana
Dr. Neelam Tatke

प्रथम आवृत्ती – २००८
पुनर्मुद्रण – २०२३

ISBN: 978-81-89959-89-0

© डायमंड पब्लिकेशन्स, पुणे

अक्षरजुळणी
डायमंड पब्लिकेशन्स

मुखपृष्ठ :
शाम भालेकर

प्रकाशक
डायमंड पब्लिकेशन्स
२६४/३ शनिवार पेठ, अनुग्रह अपार्टमेंट
ओंकारेश्वर मंदिराजवळ, पुणे–४११ ०३०
☎ ८६०००१०४१६

info@dpbooks.in
www.dpbooks.in

माझे आदरणीय आजोबा
कै. हरीशास्त्री ताटके
यांच्या स्मृतीस अर्पण

लेखकाचा परिचय

लेखक डॉ. नीलम ताटके संशोधन क्षेत्रात गेली १५ वर्षे कार्यरत आहेत. विविध शासकीय आणि खाजगी संस्थांमध्ये त्यांनी संशोधन कार्य केले आहे. प्रमुख वृत्तपत्रांमध्ये त्यांचे अनेक लेख प्रसिद्ध झाले आहेत. मराठी वाहिन्यांसाठीही त्यांनी लेखन केले आहे.

अनुक्रम

विषय निवडताना

विद्यार्थ्यांना संशोधनाची कल्पना यावी म्हणून विद्यापीठांच्या बदलत्या अभ्यासक्रमानुसार पदव्युत्तर शिक्षणात विद्यार्थ्यांना संशोधनप्रकल्प करावे लागतात. विशेषतः एम्.ए.एम्.फिल्., एम् बी.ए. इ.अभ्यासात संशोधनप्रकल्प केले जातात. अशा संशोधनप्रकल्पांचे स्वरूप थोडे मर्यादित असते. संशोधन अहवाल किंवा प्रबंध किती पानांचा असावा हेही ठरवलेले असते. यातून संशोधनाची कल्पना येते. ही एक प्रकारे ज्या विद्यार्थ्यांना पीएच.डी. किंवा विद्यावाचस्पती पदवीची पूर्वतयारी आहे असे म्हणता येईल. तरीही पीएच्.डी.चा अभ्यास यापेक्षा नक्कीच वेगळा आहे. या अभ्यासात स्वयं– अध्ययन हा घटक अतिशय महत्वाचा आहे. जरी मार्गदर्शक असले तरीही ! या अभ्यासक्रमात विषयनिवडीपासून संशोधनातील प्रत्येक पायरीचा काळजीपूर्वक विचार करावा लागतो, व मगच निर्णय घ्यावे लागतात.

०   ०   ०

एम.फिल., एम.बी.ए. नंतर पीएच.डी. करायचा विचार असेल तर विषय निवडताना हा हेतू स्पष्टपणे डोळ्यासमोर ठेवावा. म्हणजे पीएच.डी. करणे तुलनेने सोपे

जाते. कारण त्या विषयाची बरीचशी कल्पना आलेली असते. त्यामुळे योग्य दिशा सापडते, चाचपडावे लागत नाही.

संशोधनासाठी निवडलेल्या विषयातच पुढे अधिक काम करायचे असेल तर कोणत्या विषयात अधिक संधी आहेत हे पहावे लागते. केवळ पदवीसाठी संशोधन करायचे असेल तर त्यानुसार विषय ठरविता येतो.

०   ०   ०

यानंतर संशोधन करून स्वतंत्र लिखाण करता येते. ज्यात विविध वृत्तपत्रे, वाहिन्या, स्वतंत्र ग्रंथलेखन करता येते. वेगवेगळ्या संस्था संशोधनासाठी आर्थिक मदत देत असतात, परदेशातूनही संशोधनासाठी आर्थिक मदत मिळते. परंतु यासाठी विषयाची चांगली जाण असणे आवश्यक आहे. तसेच शासकीय योजनांचे मूल्यमापन इ. कामेही करता येतात.

या शिक्षणानंतर, पदवी संपादन केल्यावर व्यावसायिक संशोधक, सल्लागार म्हणूनही काम करता येते. ज्यात बाजारपेठेची पाहणी (Marketing Research) विपणन संशोधन (Marketing Research) व्यवस्थापन संशोधन (Management Research) करता येते.

०   ०   ०

एकूणच या सर्व कामात संशोधनाशी संबंध येतो. संशोधन हे आव्हानात्मक व निर्मितीक्षम आहे. सामाजिक संशोधक, सल्लागार हा व्यवसाय निवडला तरी त्यात सामाजिक प्रश्न, आरोग्य, पर्यावरणविषयक प्रश्न, सामाजिक वनीकरण, नगरनियोजन, महिला व बालकल्याण इ. विभाग मूल्यमापन, पाहणी करत असतात. ही कामे स्वयंसेवी संस्था करतात. त्याचप्रमाणे संशोधनपद्धतीचा योग्य अभ्यास, समाजाविषयीचे दृष्टिकोन आलेले असल्याने खाजगी कंपन्यांसाठीही संशोधन करता येते.

पी.एच्.डी.चे संशोधन करताना कशासाठी संशोधन करणार हा हेतू स्पष्ट असावा म्हणजे जो विषय निवडलाय त्यातच पुढे काम करणार की पदवीसाठी संशोधन करणार कारण हेतू ठरवला की विषयनिवडीबाबत अधिक जागरूक रहावे लागते. कोणत्या विषयात पुढे अधिक काम करण्याची संधी आहे हे पहावे लागते. तसेच महिला, युवक, बालके यांच्यापैकी कोणासाठी काम करणार हे ठरवावे लागते.

एम्.फिल्.करतानाही पीएच्.डी. करायचा विचार असेल तर त्यानुसार विषय

निवडल्यास पी.एच.डी. लवकर पूर्ण होण्यास मदत होते. मुख्य म्हणजे विषयाची कल्पना आली, कोणत्या दिशेने अभ्यास केलाय हे कळल्यावर चाचपडावे लागत नाही.

एम.फिल., पीएच.डी. अभ्यासातील सर्वांत पहिली व अत्यंत महत्त्वाची पायरी म्हणजे विषयाची निवड होय. संशोधनासाठी विषय निवडताना आपल्याला खरोखरच कोणत्या विषयात रुची आहे, गती आहे, कोणत्या विषयाबद्दल कुतूहल आहे, उत्सुकता आहे याचा विचार करावा लागतो. यासाठी काही वेळ द्यावा लागतो. सुरुवातीला एखादा व्यापक विषय निवडून, शाखा निवडून नंतर त्यातल्या कोणत्या विषयाचा अभ्यास करणार हे ठरवावे लागते. उदा. ग्रामविकास, स्त्रियांचे प्रश्न, राष्ट्रीयीकृत बँका, बाजारपेठेतील मंदी, शिक्षण अशा विषयांची लांबी,रुंदी, खोली अमर्याद असते. अशा विषयांना अनेक पैलू, कंगोरे असतात. संशोधनासाठी विषय निवडताना दोन–तीन विषयांचा विचार करून ठेवावा लागतो.

● **नेमका कोणता विषय –**

वर उल्लेख केल्याप्रमाणे अशा व्यापक विषयातून नेमक्या विषयाची निवड करावी लागते.

उदा. शिक्षणशाखेत जर संशोधन करायचे असेल तर मुलांचे शिक्षण, मुलींचे शिक्षण यांपैकी कशावर अभ्यास करणार, शाळांच्या स्थितीचा अभ्यास की गुणवत्तेचा अभ्यास करणार.

○　　　　　○　　　　　○

वेगळ्या प्रकारच्या शाळांचा अभ्यास करणार उदा. साखर शाळांचा अभ्यास करायचा असेल तर कशाचा अभ्यास करणार, अशा शाळांच्या आवश्यकतेचा, स्थितीचा, गळतीचा की आणखी काही.

○　　　　　○　　　　　○

सामाजिक समस्यांमध्ये वृद्धीच्या समस्यांचा अभ्यास करायचा असेल तर त्यात आरोग्याच्या समस्या की सुरक्षिततेच्या समस्यांचा अभ्यास करणार की मानसिक समस्या, आर्थिक अस्थिरता याचा विचार करणार. वृद्ध म्हणताना नेमका कोणता वयोगट आपल्या डोळ्यासमोर आहे. कशाच्या आधारावर हा वयोगट निवडला आहे, वृद्धत्वाची व्याख्या केली आहे त्या आधारावर की आणखी कुठल्या आधारावर हे स्पष्ट असावे.

○　　　　　○　　　　　○

वस्त्यांचा अभ्यास करायचा असला तरीही वेगळ्या राज्यातून स्थलांतरित

झालेल्यांचून अभ्यास करणार, त्यांपैकी कोणाचा अभ्यास करणार महिला, बाल, पौगंडावस्थेतील मुली, बालकामगार, अपप्रवृत्ती, बचत गट इ. राज्याच्या इतर भागातून स्थलांतरित झालेल्यांचा अभ्यास, स्थलांतराच्या कारणांचा अभ्यास करणार, की शासनाने अधिकृत म्हणून जाहीर केलेल्या वस्त्यांचाच अभ्यास करणार हे ठरवावे लागते.

o   o   o

ग्राहकांच्या मानसिकतेचा अभ्यास करायचा असेल तर कोणत्या भागातल्या शहरी की निमशहरी की महानगरे यातील ग्राहकांचा. कोणत्या विशिष्ट खरेदी प्रकाराचा, मोठ्या खरेदीचा, मॉलमध्ये खरेदी करणाऱ्यांचा. हे स्पष्ट असावे, की विशिष्ट उद्योग व्यवसायातील व्यक्तींचा हे ठरवावे लागते.

o   o   o

साहित्यात संशोधन करतानाही व्यक्तीच्या समग्र साहित्याचा अभ्यास करणार की साहित्यप्रकारातून म्हणजेच कथा, कादंबऱ्या, कविता, ललित लेख इ. तून विषय कसा उलगडत जातो हे मांडणार हे ठरवावे लागते. कोणत्या विशिष्ट कालखंडातला अभ्यास करणार, याचा विचार करावा लागतो.

आपल्या मार्गदर्शकांचे याबद्दल मार्गदर्शन, चर्चा हे तर आवश्यक आहेच परंतु त्याचबरोबर स्वतःच्या आवडीचा विचार करावा लागतो.

● **विषय निवडताना घ्यायची काळजी –**

पुढील बाबींचाही विषय निवडतांना विचार करणे आवश्यक असते –

❏ एखाद्या विषयाचा अभ्यास फार वेळा केला गेला असेल तर तसा विषय निवडला जाऊ नये कारण त्यात नवीन काय करणार असा प्रश्न असतो.

❏ एखाद्या प्रश्नाची व्याप्ती खूप आहे किंवा एखाद्या विषयात अगदीच संदिग्धता असेल तर अशा विषयांची निवड न करणे श्रेयस्कर ठरते.

❏ एखादा वादाचा मुद्दा किंवा विषय संशोधनासाठी निवडतांना संशोधकाने आपल्या बौद्धिक क्षमतेचा विचार करावा.

❏ विषय निवडतांना माहिती (Data) जमविण्यासाठी आवश्यक ते सहकार्य उदा. सामाजिक संशोधनात विशिष्ट समाजाचा अभ्यास करायचा असेल तर त्या समाजाकडून मिळेल ना याची खात्री करून घ्यावी लागते. यासाठी पूर्वपाहणी (Pilot Survey) करावी लागते.

❑ विषयनिवडीत नेमकेपणा आला की संशोधनही त्या विशिष्ट दिशेने जाते. नेमकी कोणत्या प्रकारची माहिती (Data) गोळा करायची आहे ? माहिती घेण्याचा नेमका उद्देश काय ? कोणत्या माहितीवर विशेष भर दिला जाणार आहे आणि का? हे निश्चित होत असते.

त्याच विषयावर आधी संशोधन झाले असेल तर संशोधकाला नेमक्या कोणत्या समस्यांना तोंड द्यावे लागले व त्या कशा सोडविल्या गेल्या याचे मार्गदर्शन मिळते.

❑ निवडलेल्या विषयाचा अभ्यास करताना कोणत्या मर्यादा येतील याचा विचार करावा लागतो. त्यातून विषयाची जास्त स्पष्टता येते. विषयमर्यादेमुळे एखादा महत्वाचा पैलू सुटत नाही ना हे कळते उदा. एखाद्या योजनेचे मूल्यमापन करायचे असेल तर योजना सुरू होण्यापूर्वीची परिस्थिती लक्षात घेणे अत्यंत गरजेचे असते. त्याशिवाय योजनेची परिणामकारकता अभ्यासता येत नाही. आणि ही परिस्थिती नेमकी कशी होती हे जाणून घेण्यासाठी वृद्ध गावकरी, शिक्षक, शासकीय अधिकारी, त्यावेळचे राजकीय पुढारी या सर्वांच्याकडून माहिती घेऊन त्याबद्दलचे काही निष्कर्ष काढता येतात. परंतु तरीही परिस्थितीचे पुरेसे आकलन होत नाही असे वाटत असेल तर मात्र तशाच प्रकारच्या गावांचा तुलनात्मक अभ्यास करावा लागतो.

❑ निवडलेल्या विषयावरील माहितीचे स्रोत कोणते आहेत. कुठून गोळा करणार याबद्दल कल्पना येते.

❑ विषय निवडताना अभ्यासासाठी किती वेळ लागेल व किती वर्षात करायचे ठरवले आहे याचे नियोजन करावे लागते हा विचार करावा लागतो.

❑ संशोधनासाठी किती खर्च येईल याचा अंदाज करावा लागतो. म्हणून आर्थिक तरतूद करता येते.

संशोधन म्हणजे काय? –

संशोधन म्हणजे नवीन ज्ञान किंवा मिळविणे. तसेच एखाद्या विषयाची समर्पक माहिती गोळा करण्यासाठी जी पद्धतशीर व शास्त्रशुद्ध पाहणी, अन्वेषण, शोध घेतला जातो. त्याला संशोधन असे म्हटले जाते.

संशोधनाचे प्रकार –

संशोधनाचा एक प्रकार असा असतो की प्रश्न, समस्या सोडविण्यासाठी संशोधन. अशा संशोधनात समस्या नेमकी असलीच तर त्याचे नेमके स्वरूप काय आहे हे समजून घ्यावे लागते. समस्या खरोखरच आहे का याचा अभ्यास करावा लागतो. समस्या

असली तर ती कोणत्या विशिष्ट भागात आहे की सर्वत्र आहे. समस्या विशिष्ट समाजाची आहे की सर्व समाजाची आहे. शहरी भागाची आहे की ग्रामीण भागाची की निमशहरी भागाची हे अभ्यासावे लागते. समस्या सोडवताना कोणत्या पद्धतीने सोडवायची याचा विचार करून उपाय सुचवावे लागतात.

दुसरा प्रकार म्हणजे पूर्वी केलेल्या संशोधनातील मर्यादा किंवा सिद्धान्ताची पुनर्तपासणी होय. उदा. स्त्रियांच्या अर्थार्जनाचे कुटुंबव्यवस्थेवर झालेले परिणाम याची पुनर्तपासणी करता येऊ शकते.

तिसरा प्रकार म्हणजे एखाद्या विषयावर थोडीशीच माहिती उपलब्ध असेल तर अशा विषयावरही संशोधन करता येते. उदा. माहिती तंत्रज्ञान क्षेत्राचा व त्यातील उद्योगांचा इतर क्षेत्रांवर काय परिणाम झाला आहे, यावर सखोल अभ्यास होऊ शकतो. यासाठी नेमक्या कोणत्या प्रकाराने आपण संशोधन करणार किंवा निवडलेला विषय कोणत्या संशोधनप्रकारात मोडतो याचा विचार करावा लागतो.

०   ०   ०

भाषा विषयातही संशोधन करताना पूर्वी केलेल्या विषयावरच अभ्यास करायचा असेल तर कोणत्या कालखंडातला अभ्यास करणार की विशिष्ट लेखकांचाच अभ्यास करणार, की विशिष्ट प्रकारच्या साहित्याचाच अभ्यास करणार हे ठरवावे लागते.

● **या विषयाचा यापूर्वी अभ्यास –**

संशोधनासाठी विषय निवडला की पुढची पायरी असते. ती या विषयावर यापूर्वी संशोधन झालं आहे हे तपासण्याची. हे पहाण्यासाठी विविध विद्यापीठांच्या ग्रंथालयांना, विभागांना भेटी देऊन माहिती करून घ्यावी लागते. सध्या अशी सर्व माहिती बहुतेक ठिकाणी संगणकावर जमा केलेली असते. त्यातून आपल्या विषयाशी संबंधित अभ्यास केला गेला आहे का, की तंतोतंत हाच विषय अभ्यासला गेला आहे का हे कळते. काही वेळा विषय तंतोतंत जुळणारा वाटला तरी त्यात वेगळ्या जिल्ह्यांचा अभ्यास केला गेलेला असतो, किंवा वेगळे घटक (Factors) अभ्यासले गेलले असतात. याचा व्यवस्थित विचार केला तर निवडलेला विषय बदलण्याची गरज नसते.

एखाद्या विषयावर पूर्वी संशोधन झाले असले तरीही – बाजारपेठेचा अभ्यास (Market Research) करताना तिथली परिस्थिती सतत बदलत असते, हे लक्षात घ्यावे लागते. त्यामुळे अशा अभ्यासात विषयनिवडीला मर्यादा नसतात. बाजारपेठेत नवी नवी इलेक्ट्रॉनिक्सची, आधुनिक तंत्रज्ञानाची उपकरणे येत असतात. लोकांचे

राहणीमान, अशा वस्तूंची वाढती उपयोगिता, वापर यांमुळे विषयवैविध्य असते. तुलनात्मक अभ्यास करायचा असल्यास याच विषयाचा पूर्वी केलेला अभ्यास, त्यात नवीन पडलेली भर याचा विचार करून विषय नक्की करता येतो. तसेच विविध उद्योगांतील व्यवस्थापन, परस्परसंबंध, त्याचा कार्यक्षमतेवर होणारा परिणाम असे विषयही नवीन आस्थापनांच्या संदर्भात अभ्यासता येतात.

०   ०   ०

सामाजिक शास्त्रांच्या अभ्यासतही पूर्वीच्या अभ्यासात ठरावीक घटकांचा समावेश केला गेला असेल तर जास्त घटकांचा समावेश करून तुलनात्मक करता येतो. उदा. एखाद्या खेड्याची सामाजिक-आर्थिक पाहणीपूर्वी केली गेली असेल तर त्यात स्थलांतराचे परिणाम, बँका, पतपेढ्या यांच्यामुळे झालेले बदल यांचा अभ्यास करता येतो. अलीकडच्या काळात बचतगटामुळे बदललेली अर्थव्यवस्था हाही अभ्यासाचा विषय होऊ शकतो.

आपल्या विषयाशी संबंधित असलेल्या (जरी वेगळ्या भागाचा अभ्यास असला तरीही) सर्व विषयांची अभ्यासाच्या शीर्षक, संशोधकासकट नोंद करून ठेवणे आवश्यक असते. तसेच यात कोणत्या घटकांचा समावेश आहे याचीही नोंद करावी लागते. सदर अभ्यास कोणत्या भागाचा, राज्याचा, गावाचा, शहराचा, उपनगराचा आहे याचा तपशील ठेवणे आवश्यक असते. तसेच यात कोणत्या घटकांचा समावेश आहे याचीही नोंद करावी लागते. सदर अभ्यास कोणत्या भागाचा, राज्याचा, गावाचा, शहराचा, उपनगराचा आहे याचा तपशील ठेवणे आवश्यक असते. शिवाय पाहणीसाठी किती नमुना (Sample) निवडले आहे. हेही लक्षात घ्यावे लागते.

दोन-तीन विषयांची निवड –

विषय निवडताना शक्यतो दोन-तीन विषय डोक्यात ठेवून तयारी करणे चांगले असते त्यामुळे एखादा विषय प्रत्यक्षात अभ्यासण्यास जास्त समस्या कोणत्या विषयात येतील ते कळते.

निवड केलेल्या दोन-तीन विषयांशी संबंधित केलेले संशोधनअभ्यास यासाठी पहावे लागतात. यातून विषयनिवडीबाबत व कराव्या लागणाऱ्या कामाबाबत अधिक स्पष्ट कल्पना येते. याची अधिक माहिती वेबसाइटवरूनही मिळते, याचाही अवश्य उपयोग करावा म्हणजे विषयाची अधिकाधिक स्पष्ट कल्पना येते.

अशा प्रबंधाची नोंद करतांना त्याचे संपूर्ण नाव, संशोधकाचे नाव, कोणत्या विद्यापीठाचा, कोणत्या ग्रंथालयात असे सर्व तपशील नोंदवून ठेवावे लागतात.

विषय निवडताना याचाही विचार –

यात आणखी एक बाब अवश्य अभ्यासावी की आधीच्या अभ्यासाला किती वेळ लागला. विशेषतः क्षेत्रीय अभ्यासाला किती वेळ लागला याची नोंद अवश्य घ्यावी. कारण विषय निवडताना हा घटक विचारात घ्यावा लागतो, त्याची थोडी फार कल्पना येते.

निवडलेल्या विषयाबाबत तज्ज्ञ व्यक्तींशीही जमल्यास चर्चा करावी. यातून विषयाचे आणखी पैलू माहिती होतात, व संशोधन अधिकाधिक चांगले होण्यास मदत मिळते. शक्य झाल्यास आधी ज्यांनी त्या विषयावर संशोधन केले आहे त्यांना भेटल्यास त्याविषयी चर्चा करणे गरजेचे असते. त्यातून त्या संशोधकाची निरीक्षणे कळतात.

- **हाच विषय का –**

संशोधन करताना आपल्याला माहीत नसलेली गोष्ट आपण शोधून काढत असतो, किंवा गृहीतक, गृहीत धरलेली गोष्ट खरोखरच तशी आहे का हे तपासत असतो. उत्तर 'होय' असल्यास त्याचे व 'नाही' असल्यास त्याचेही विश्लेषण करावे लागते, स्पष्टीकरण द्यावे लागते.

निवडलेल्या विषयाबद्दल संशोधकाला पूर्ण खात्री असावी लागते, आत्मविश्वास असावा लागतो. जो विषय निवडलाय उदा. एखाद्या समस्येवर उपाय सुचवायचे असतील तर ती समस्या खरोखरच आहे का हे तपासावे लागते. यासाठी वेगवेगळे संशोधन पेपर (शोधनिबंध) वाचून, लेख वाचून, परिस्थितीची चाचपणी करून विविध स्रोतांमधून त्याची खात्री करावी लागते.

संशोधनासाठी निवडलेल्या विषयाची संकल्पना चर्चेतून अधिक विकसित करता येते. यातून प्रश्न सोडविण्यासाठी कोणती तंत्रे वापरायची त्यावर काय उपाय शोधायचे हे कळते.

यासाठी छोट्या प्रमाणावर पाहणी करून विषयाबाबत सखोल माहिती घेता येते. तसेच क्षेत्रीय अभ्यासात केली जाणारी निरीक्षणेही तपशिलासकट नोंदविली जाणे आवश्यक असतात. संख्याशास्त्रीय आधारावरही माहितीचे विश्लेषण करून गृहीतक पडताळून पाहता येते.

उदा. १९ व्या शतकातील स्त्रियांची परिस्थिती व स्थान असा समाजशास्त्रीय दृष्टिकोनातून अभ्यास करायचा असला तरीही समाजशास्त्रात त्याबद्दल पूर्वी केलेल्या संशोधनाचा अभ्यास तर करायलाच हवा. परंतु साहित्यातही त्या काळातल्या स्त्रियांनी

लिहिलेली आत्मचरित्रे, त्यावेळच्या कथा, त्यावेळच्या मासिकातले लेख याचा अभ्यास करून आपल्या म्हणण्याला अधिकाधिक पुष्टी द्यावी लागते. याचा आणखी एक फायदा म्हणजे संशोधकाचा आत्मविश्वास वाढतो.

निवडलेल्या विषयावर सतत विचार करणं ज्यामुळे समस्या, गृहीतक नेमकेपणानं मांडता येते.

आणखी एक उदाहरण याविषयी पाहू. पौगंडावस्थेतील मुलींच्या समस्या हा विषय जर निवडला असेल तर याच विषयावर अभ्यास करावा असा विचार कशामुळे आला. वर्तमानपत्रांत येणाऱ्या बातम्यांमुळे, विविध वाहिन्यांवर वेगवेगळ्या राज्यांतील गुन्ह्याच्या बातम्या पाहिल्यामुळे किंवा आसपास घडलेल्या अशा एखाद्या घटनेमुळे मनात अनेक प्रश्न उभे राहिले म्हणून. हे जर वर्तमानपात वाचलेल्या बातमीमुळे विषय निवडला असेल तर त्यासाठी केवळ एकच बातमी पुरेशी नसते. यासाठी वृत्तपत्रांची पाहणी (Survey) करावी लागते. ज्यात पौगंडावस्थेतील मुलींच्या कोणत्या-कोणत्या समस्या, प्रश्न जाणवतात. त्याचे प्रमाण किती आहे, कोणत्या भागात आहेत. त्या जर शहरी भागात जास्त आहेत असं आढळलं तर अनौपचारिक संवादातून मुलींशी चर्चा करून समस्येचे स्वरूप अधिक स्पष्ट समजावून घेता येते. विषयाला पुष्टी मिळते. किशोरवयीन मुलींसाठी काम करणाऱ्या स्वयंसेवी संस्थांचे समाजकार्यकर्ते, तज्ज्ञ यांच्याशी चर्चा करणे या सगळ्यातून हाच विषय का हे त्या विषयाची अधिकाधिक जाण येऊन चांगल्या प्रकारे मांडता येते.

शीर्षक – निवडलेल्या विषयाचे शीर्षक (Title) अवस्थ तयार करावे यामधून कोणत्या विषयाचा अभ्यास करायचा ठरवलाय हे कळते. यासाठी खालील उदाहरणे बघू –

१. महिलांच्या सबलीकरणात सामाजिक संस्थांचा सहभाग, वाटा. (नाशिक जिल्ह्याचा अभ्यास)

अशा शीर्षकातून महिलांविषयक अभ्यास करायचाय हे स्पष्ट होते. सबलीकरण या संकल्पनेचा विचार करायचाय व यात सामाजिक संस्थांच्या सहभागाचे मापन करायचे हे कळते आणि या संस्था नाशिक जिल्ह्यातल्या निवडायच्यात अशी कल्पना येते.

o   o   o

२. अन्नप्रक्रिया उद्योगातील पुणे शहरांतील महिला उद्योजकांचा अभ्यास असे जर शीर्षक तयार केले तर अन्नप्रक्रिया उद्योग हे नेमके कोणत्या प्रकारचे उद्योग-व्यवसाय

अभ्यासायचे योजले आहे. (उदा. जॅम,जेली,सरबते) किंवा डब्यातून मिळणारे खाद्यपदार्थ हे निश्चित करता येते. शहरी भागावरच लक्ष केंद्रित करायचे हे कळते व फक्त महिला उद्योजकांना भेटायचे आहे हे स्पष्ट होते.

०   ०   ०

दोन-तीन शीर्षकेही तयार करून ठेवायला हरकत नाही ज्यातून प्रबंध बघणाऱ्याला विषयाची कल्पना शीर्षक वाचून लगेच येते.

- **संशोधनपद्धती** –

निवड केलेल्या विषयावर संशोधन करण्यासाठी योग्य संशोधनपद्धत निवडणे हे सर्वात कठीण काम असते. ही निवड अचूक व योग्यच करावी लागते. कारण हा प्रत्येक संशोधनाचा कणा असतो. संशोधन शास्त्रीय पद्धतीने करावे लागते.

माहिती (Data) गोळा करण्यासाठी विविध तंत्रे वापरली जातात. यांपैकी एक किंवा त्यापेक्षा जास्त तंत्र (Technique) वापरणार हे ठरवावे लागते. यात निरीक्षण, प्रत्यक्ष मुलाखत, फोनवरून घेतली जाणारी मुलाखत, टपालाने प्रश्नावली पाठवून मुलाखत इ. अनेक पद्धती असतात.

काही अभ्यासासाठी प्रत्येक केस वेगळी अभ्यासावी लागते ज्या अभ्यासाला केस स्टडी असे म्हटले जाते. उदा. कौटुंबिक अत्याचार या समस्येचा अभ्यास करण्यासाठी प्रत्येक कुटुंबाची परिस्थिती वेगळी अभ्यासावी लागेल.

त्यामुळे मिळणाऱ्या माहितीवर, निष्कर्षांवर त्याचा परिणाम होतो. यासाठी संशोधनपद्धती अत्यंत काळजीपूर्वक निवडाव्या लागतात. वर सुचविलेल्या संशोधनपद्धतीची प्रत्येकाची आपली वैशिष्ट्ये आहेत प्रत्येक पद्धतीचे काही फायदे आणि तोटेही असतात. म्हणून योग्य पद्धत निवडून मिळणाऱ्या माहितीत अचूकता आणण्याचा प्रयत्न करावा लागतो व इतर पद्धती वापरून माहितीची उलट तपासणीही करता येते.

जी संशोधनपद्धत निवडली गेली असेल त्यावरून माहिती मिळायला किती वेळ लागेल याचा अंदाज करता येतो. याची कल्पना येते.

निरीक्षणातून माहिती मिळविणे या पद्धतीत स्वतःच्या निरीक्षणातून मुलाखत न घेता केवळ सध्या समोर काय घडतंय यातून माहिती घेणे. ही पद्धत फारशी गुंतागुंतीची नाही.

व्यक्तिगत मुलाखतीतून माहिती मिळविणे यासाठी एक प्रश्नपत्रिका तयार करून

माहिती मिळविता येते किंवा मुलाखतीच्या द्वारा (प्रश्नपत्रिका न वापरता) माहिती मिळविता येते. यात प्रतिसादका (respondent) वर, त्याच्या क्षमतेवर माहिती कशी मिळते हे अवलंबून असते.

फोनवर मुलाखत घेऊन माहिती मिळविणे हीसुद्धा एक पद्धत आहे. यात फोनवरून संपर्क साधून माहिती घेता येते. मर्यादित वेळेत माहिती गोळा करायची असेल तर ही पद्धत उपयोगी पडते. यात वेळ वाचतो परंतु खर्चिक पद्धत.

टपालाने प्रश्नपत्रिका पाठवून माहिती मिळविणेही आणखी एक पद्धत आहे. यात प्रश्नपत्रिका अतिशय स्पष्ट, समजायला सोपी असावी लागते कारण एखाद्या प्रश्नाचा जर प्रतिसादकाला अर्थ कळला नाही तर मिळणाऱ्या माहितीत गडबड होण्याचा संभव असतो.

काही विषयांवर प्रतिसादक स्पष्टपणे बोलतील की नाही उत्तरे देतील की नाही, मोकळेपणी समोरच्याशी चर्चा करतील की नाही अशी जेव्हा शंका वाटते तेव्हाही अशा पद्धतीचा वापर केला जातो. उदा. वैवाहिक संबंध, राजकारण, धर्मविषयक विचार याबद्दल व्यक्ती सहसा चर्चा करण्याचे टाळतात तसेच अशा माहितीत स्वतःचे नावही गुप्त ठेवतात.

या पद्धतीत प्रतिसादकांना परत-परत आठवण करणे, प्रश्नपत्रिका गहाळ झाल्यास परत पाठवणे हे करावे लागते या प्रक्रियेत वेळ जास्त जातो.

व्यक्तिगत मुलाखतीत प्रतिसादकांच्या वेळा ठरवून घेणे, त्यांची उपलब्धता या गोष्टी महत्त्वाच्या असतात. परंतु यात प्रतिसादकाला एखादा प्रश्न कळला नाही तर तो परत विचारता येतो. दिलेल्या उत्तरात स्पष्टता वाटली नाही तरी त्याबद्दल विचारता येते. यातून मिळणाऱ्या माहितीत अधिक सत्यता असते, स्पष्टता (Clarity) असते. या पद्धतीला वेळ जास्त द्यावा लागतो.

साहित्यात संशोधन करतांना, शिक्षण इ.शास्त्रांत संशोधन करतांना जर एखाद्या विशिष्ट लेखकांचा, साहित्यिकाचा किंवा तज्ज्ञाचा अभ्यास करताना त्यांचे कार्य व व्यक्तिगत आयुष्य या दोन्हींचा अभ्यास करावा लागतो ज्यात त्या व्यक्तीशी संबंधित

असलेल्या इतर व्यक्ती, कुटुंबातील व्यक्ती यांच्याशी संपर्क साधून अधिक जाणून घ्यावे लागते. तसेच त्या व्यक्तीचे जन्मगाव, शिक्षक, त्या व्यक्तीला घडविणाऱ्या इतर व्यक्ती यांच्या कडून अधिकाधिक समजून घेता येते. यासाठी त्या त्या ठिकाणांना भेटी देणे, त्या त्या लोकांशी संवाद साधणे आवश्यक असते. काही वैयक्तिक बाबी अप्रिय वाटल्या किंवा अप्रकाशित रहाणे चांगले असे मत असले तरीही संशोधनात तसे करता येत नाही कारण फसवे व्यक्तिचित्र उभे करता येत नाही. या गोष्टींचे भान ठेवावे लागते.

साहित्यिकांचे प्रकाशित झालेले सर्व साहित्य मिळविण्यासाठी खूप प्रयत्न करावे लागतात. या प्रक्रियेमुळे संशोधनासाठी ठरविलेला कालावधी अपुरा पडतो.

अभ्यासासाठी सिद्धान्त (Theory) -

एम्.फिल., एम्बीए, पीएच.डी.च्या अभ्यासासाठी केले जाणारे संशोधन हे सिद्धान्तावर (Theory) आधारित असते. यासाठी निवडलेला अभ्यास कोणत्या सिद्धान्तावर आधारित आहे हे ठरवावे लागते. त्यानुसार संशोधनपद्धत निवडता येते. यात समाजमानसशास्त्रीय सिद्धान्त, भूमिका व दर्जाचा सिद्धान्त, भूमिका संघर्ष इ. अनेक सिद्धान्त असतात.

उदा. नोकरी-व्यवसाय करणाऱ्या महिलांना कौटुंबिक व व्यावसायिक जबाबदाऱ्या पार पाडत असतांना त्यांना दोन भूमिका बजावाव्या लागत. अशा वेळी या दोन भूमिकांमध्ये संघर्ष होत असतात. या अभ्यासासाठी अर्थातच भूमिकासंघर्ष सिद्धान्ताची निवड करावी लागते.

निवडलेला विषय कोणत्या सिद्धान्तात चपखल बसतो हे अभ्यासून ठरवावे लागते.

○   ○   ○

प्रशिक्षण –

संशोधनासाठी जी नमुना पाहणी करणार त्याची संख्या ठरविली गेल्यावर जर क्षेत्रीय संशोधक (Field Investigators) नेमून माहिती गोळा करायची असेल तर त्यांना प्रश्नपत्रिका समजावून सांगणे, त्यांच्याकडून नमुन्यादाखल एक-दोन प्रश्नपत्रिका भरून घेऊन, अधिकाधिक चांगली, अचूक माहिती येण्यासाठी प्रयत्न करणे, हे करावे लागते.

अशा वेळी प्रश्नपत्रिका तयार करतांना ती बंदिस्त म्हणजेच कोणत्या प्रश्नांना काय उत्तरे येतील याची कल्पना करून त्यानुसार कोड नंबर देऊन फक्त त्यावर खुणा करायच्या इतकेच काम करावे लागते.

दुसऱ्या प्रकारची प्रश्नपत्रिका मुक्त असते ज्यात उत्तरे ठरविलेली नसतात. तर प्रतिसादक जे सांगतील ते क्षेत्रीय सर्वेक्षक लिहून आणतात.

परंतु यात क्षेत्रीय सर्वेक्षकाने खरोखरच प्रश्न विचारले आहेत ना याची उलट तपासणी घ्यावी लागते ते अतिशय गरजेचे असते. यातून मिळालेल्या माहितीची सत्यता पडताळून पहाता येते.

यातील पद्धत वेळ, खर्च याचा विचार करून संशोधकाला निवडावी लागते. निवडलेल्या विषयाला अनुरूप पद्धत शोधावी लागते.

यामध्ये माहिती हातात आल्यावर गटचर्चेद्वारे माहितीची पडताळणी करायचे ठरवले असेल तर त्याचाही आधीच विचार करून ठेवावा लागतो. या गटचर्चांसाठी काय पद्धत रहाणार आहे म्हणजेच क्षेत्रीय अभ्यास केलेल्या सर्व ठिकाणी ती करणार की जिथे मिळालेल्या माहितीत बराच वेगळेपणा येईल तशा ठिकाणी करणार हेही ठरवावे लागते किंवा मिळालेल्या माहितीतील निष्कर्ष बरोबर आहेत ना याची खात्री करण्यासाठीही गटचर्चा केली जाते. परंतु ते स्पष्ट असावे. यातही एखादी प्रश्नपत्रिका तयार करून माहिती घेता येते किंवा अनौपचारिक चर्चेतून माहिती घेऊन सहभागी झालेल्या लोकांची मते नोंदविता येतात.

निरीक्षणातून माहिती मिळवायची असली तरीही त्यासाठी कशाचे निरीक्षण करायचे त्या बाबींचा समावेश असलेली सूची तयार करून त्याद्वारे माहिती मिळविता येते. परंतु या पद्धतीत एक बाब लक्षात घ्यावी लागते की पूर्णतः निरीक्षकाच्या अनुभवावर, बुद्धीवर आधारित असे या माहितीचे विश्लेषण करावे लागते. त्यामुळे निरीक्षक कुशलच असायला हवा.

प्रत्यक्ष अभ्यास कुठे करणार –

संशोधन करताना क्षेत्रीय अभ्यास कुठे करणार कोणत्या गावात, शहराच्या कोणत्या भागात, कोणत्या संस्थांचा अभ्यास करणार हे आधीच ठरवणे सोयीचे असते. गावांमध्ये जर अभ्यास करायचा असेल तर त्या गावाची लोकसंख्या, भौगोलिक परिस्थिती ही माहिती जनगणनेतून मिळवावी लागते. त्यात प्रत्येक गावाला नंबर दिलेला असतो त्यावरून निवडलेल्या गावांची खात्री करून घ्यावी लागते.

निवडलेल्या गावांना किंवा संस्था निवडल्या असतील त्यांना अभ्यास सुरू करण्यापूर्वी भेट देऊन त्या गावांची, संस्थांची पाहणी जरूर करावी. यामुळे प्रवासाचा वेळ, प्रत्यक्ष कामासाठी लागणारा वेळ, किती खर्च येईल याची संपूर्ण कल्पना येते.

संशोधन करायचे ठरवल्यावर त्याला वेळ किती लागेल खर्च किती येईल याचे गणित मांडावे लागते. संशोधनासाठी लागणारी माहिती गोळा करण्यासाठी जर क्षेत्रीय सर्वेक्षक नेमण्याची गरज असेल तर खर्चाचा अंदाज आधीच करून योग्य ती तरतूद करावी लागते.

त्याचप्रमाणे क्षेत्रीय कामाला, माहिती विश्लेषणाला किती वेळ लागेल याचा अंदाज करून संशोधनाचा कालावधी ठरवावा लागतो. हे करताना एक महत्वाची बाब लक्षात घ्यावी लागते की यात लवचिकता (Flexibility) असावी लागते. वेळेची आखणी करताना अगदी कट्टा–कट्टीने करू नये. प्रत्येक कामासाठी केलेल्या वेळेच्या अंदाजापेक्षा जास्त वेळ नक्कीच द्यावा.

संगणकाचा वापर – माहितीचे विश्लेषण करण्यासाठी आणि इतर गोष्टींसाठीही अलीकडे संगणकाचा वापर मोठ्या प्रमाणावर केला जातो. माहिती विश्लेषणासाठी विशिष्ट सॉफ्टवेअर वापरली जातात. त्याचाही विचार करून कोणते सॉफ्टवेअर वापरणार हे ठरवावे लागते. संगणकाचा योग्य वापर जरूर करावा. सॉफ्टवेअर मधून प्रबंधलेखनाविषयीची माहिती मिळू शकते.

खर्चाचा अंदाज करण्यासाठी हेही आधीच ठरवावे लागते व त्यानुसार तरतूद केली जाते. तसेच यावर विश्लेषण केल्यास त्याला तुलनेने वेळही कमी लागतो, अचूकता जास्त असते.

माहिती मिळविल्यावर स्पष्टीकरणासाठी

गटचर्चेच्या पद्धतीबद्दल एक महत्वाचा मुद्दा लक्षात घ्यायला हवा की निवडलेल्या विषयासाठी गटचर्चा आवश्यक वाटली नाही तरी काही वेळेस हातात आलेल्या माहितीत वेगळ्याच प्रकारची माहिती आली तर ऐनवेळीही गटचर्चेचा निर्णय घ्यावा लागतो कारण ते संशोधनासाठी गरजेचे असते.

उदा. वाहनांची पाहणी, अभ्यास करताना जर माहितीत एकाच प्रकारच्या वाहनांना एक लिटरमध्ये मिळणारे किलोमीटर वेगवेगळे असतील तर अशा वेळी त्यामागची कारणे शोधायची असल्यास गटचर्चेतून हा प्रश्न सोडविता येतो व त्या माहितीचे अधिक स्पष्टीकरण देता येते.

सामाजिक संशोधनात ग्रामीण भागात गोळा केलेल्या माहितीच्या पडताळणीतही ऐनवेळी अशा चर्चा ठरवाव्या लागतात. यासाठी वेळापत्रकात पुरेसा वेळ प्रत्येक बाबीसाठी ठेवावा लागतो आणि अर्थातच खर्चाची तरतूद.

दुय्यम माहिती -

माहिती मिळविताना क्षेत्रीय अभ्यासातून माहिती मिळविली जाते ज्याला प्राथमिक माहिती (Primary data) असे म्हटले जाते व पूर्वींच प्रसिद्ध झालेली माहिती ज्याला दुय्यम माहिती (Secondary data) असे म्हटले जाते. त्या दोन्हीही गोळा कराव्या लागतात.

याखेरीज शासकीय अधिकारी, खाजगी कंपन्यांतील अधिकारी यांच्या मुलाखती घेऊन त्यांच्याकडून अधिक माहिती घेऊन त्यांचे दृष्टिकोनही जाणून घेणे महत्त्वाचे असते ज्यातून गृहीत धरलेल्या गोष्टीचे स्पष्टीकरण देतांना किंवा समस्येवरील उपाय सुचवितांना त्याला वजन येतं, पाठिंबा (Support) मिळतो.

शासकीय अधिकाऱ्यांकडून माहिती मिळवितांना माहितीचा हेतू त्यांना स्पष्ट केला की जास्तीत जास्त मोकळेपणाने चर्चा होते. अधिकाऱ्यांना आलेले विशेष अनुभवही त्यांच्याकडून कळतात.

शासकीय अधिकाऱ्यांच्या मुलाखती घेण्यासाठी त्यांची वेळ ठरवून घेणे, मुलाखतीत नेमकी काय माहिती त्यांच्याकडून पाहिजे याची प्रश्नावली तयार करणे. त्यांच्याकडून माहिती घेण्यापूर्वी आवश्यक ती कागदपत्रे (अर्ज, विद्यापीठाचे पत्र इ.) द्यायची असतील त्याची पूर्तता त्यानंतर त्यांच्याकडून मिळणारी परवानगी या प्रक्रियेला वेळ लागतो. ही माहिती आल्याशिवाय प्रबंध पूर्ण होऊ शकत नाही. त्यामुळे या वेळेचा विचार करावा लागतो.

तीच गोष्ट खाजगी कंपनीतील अधिकारी, विषयातील तज्ज्ञ यांच्याकडून घ्यायच्या माहितीची आहे. त्यांच्याकडून अधिक सखोल माहिती मिळाल्याने विषयाला परिपूर्णता येते. आलेल्या निष्कर्षांविषयी खात्री पटते. त्यांच्याशी मिळालेल्या माहितीबद्दल चर्चा करता येते.

उपलब्ध माहितीवर आधारित संशोधन –

क्षेत्रीय माहितीवर आधारित जसं संशोधन करता येते, तसंच ते पूर्णतः प्रकाशित झालेल्या माहितीवरही करता येते. यात प्रकाशित झालेले त्या विषयावरचे सर्व साहित्य विविध स्रोतांमधून जमा करावा लागते. ग्रंथ, संशोधन निबंध, लेख, दृक्-श्राव्य माध्यमं, त्याविषयावरील संशोधनप्रबंध, वृत्तपत्रातील बातम्या, लेख, काही वेळेस अप्रकाशित साहित्य असल्यास ते, देशात परदेशात याबद्दल नवे संशोधन काय चालू आहे, विविध वेबसाइट्स या सगळ्यातून माहिती जमा करावी लागते.

अशा प्रकारे संशोधन करायचे असेल तरीही सुरुवातीला निवडलेल्या विषयावरील प्रकाशित साहित्याची यादी करावी लागते. अशी यादी करताना फारच काळजीपूर्वक करावी लागते. एखादा संदर्भही सुटून चालत नाही. कारण या संशोधनाचा माहिती हा कणा असतो.

आर्थिक तरतूद –

पीएच्.डी.करताना वेळेचा विचार जसा करावा लागतो तसाच खर्चाचा विचारही करावा लागतो. यात फी, वाचनालयांचे सभासदत्व, छपाई, स्टेशनरी, क्षेत्रीय अभ्यासाचा खर्च, टाचणं काढण्यासाठी कागद, संगणकाच्या वापरासाठी आर्थिक तरतूद करावी लागते. यासाठी आर्थिक सहाय्य मिळविताना अशा प्रकारे प्रत्येक बाबीचा तपशीलवार खर्च देऊन आर्थिक मदत मागता येते. स्वतःलाही आर्थिक तरतूदीसाठी वेळ मिळतो. यात सगळी रक्कम एकदम लागणार नसलीतरी प्रत्येक टप्प्यावर किती लागेल असा अंदाज करून ठेवला तर आर्थिक ताण जाणवत नाही. काही खाजगी न्यासही संशोधनासाठी मदत करतात तेथेही योग्य पद्धतीने अर्ज केल्यास आर्थिक स्वरूपात किंवा इतर स्वरूपात मदत मिळू शकते.

पीएच्.डी. नंतर –

पीएच्.डी.ही पदवी संपादन केल्यावर व्यावसायिक संशोधक म्हणून काम करता येते, सल्लागार म्हणूनही काम करता येते. परंतु त्यासाठी गरज असते ती विषय निवडताना आर्थिक बाबी, वेळ, विषयाची समज, जाण असणे आवश्यक असते. व्यावसायिक म्हणून काम करायला लागल्यावर आर्थिक मेळ योग्य बसवणे आवश्यक असते. प्रश्नपत्रिकांची छपाई, संगणकाचा खर्च, क्षेत्रीय कामाचा खर्च अशा बारीक-सारीक बाबींचा विचार करावा लागतो.

बाजारपेठेची पाहणी (Market Research) असो की शासकीय योजनांचे मूल्यमापन असो अशा कोणत्याही प्रकारच्या व्यावसायिक संशोधनासाठी नमुना निवड संशोधन पद्धत (Sample Selection) या बाबी महत्त्वाच्या असतात. तसेच क्षेत्रीय पाहणीतून निष्कर्षांशी पडताळणी, उलटतपासणीही करावी लागते. संशोधन आव्हानात्मक (Research Methodology) निर्मितिक्षम काम असते.

व्यावसायिक पातळीवर संशोधन करताना किंवा सल्लागार म्हणून काम करताना ज्या कंपनीसाठी, शासकीय विभागासाठी स्वयंसेवी संस्थेसाठी संशोधन करताना विषय त्यांच्याकडून निवडला जातो. यामध्ये विविध विषय असतात – उदाहरणार्थ शासकीय

विभागांसाठी वेगवेगळ्या कारणांसाठी संशोधन, मूल्यमापनअभ्यास करावे लागतात.

• एखाद्या योजनेत जर प्रत्यक्ष आर्थिक मदत दिली गेली असेल तर लाभार्थींचा अभ्यास करावा लागतो.

• एखादी योजना राबवायची असेल तर त्यापूर्वी लाभार्थी व्यक्ती, गावे, शाळा इ. निवडण्यासाठी काय निकष लावायचे याचे संशोधन करावे लागते.

• राबवल्या गेलेल्या योजनेचे मूल्यमापन करून त्याची परिणामकारकता अभ्यासली जाते.

०   ०   ०

स्वयंसेवी संस्थेला जर व्यावसायिक प्रशिक्षण द्यायचे असेल तर त्यांना गरजू, शिक्षण अर्धवट सोडलेले, काहीतरी करायची इच्छा असलेल्या व्यक्ती निवडाव्या लागतात. त्यासाठी त्यांना वेगळे प्रश्न विचारून मानसिकता जाणून घ्यावी लागते.

शासनाने एखादी योजना स्वयंसेवी संस्थेला राबविण्यासाठी दिली असेल तर गावांमधील लोकांना जागरूक करावे लागते.

०   ०   ०

• खाजगी कंपन्यांना ग्राहक समाधान (Customer Satisfaction) पाहणी करावी लागते.

• एखादे नवीन उत्पादन बाजारात आणायचे असेल तर त्या उत्पादनाचे प्रात्यक्षिक ग्राहकांना दाखवून उत्पादनाविषयी त्यांचे मत जाणून घेऊन त्यानुसार उत्पादन बनविणे.

• केलेल्या उत्पादनातील काही गोष्टींबाबत ग्राहकांची तक्रार असल्यास त्याची पाहणी करावी लागते.

०   ०   ०

वर सुचविल्यापेक्षाही अगदी वेगळ्या प्रकारचे संशोधनअभ्यास केले जातात. वर्तमानपत्रातही वेळोवेळी विविध प्रश्नांवर केलेल्या पाहण्या व त्यांचे निष्कर्ष येत असतात. जसे – बाल कामगार, कामाच्या ठिकाणी लैंगिक छळ, व्यसनाधीनता, कुपोषण इ. समस्यांचे स्वरूप किती तीव्र आहे. शासकीय पातळीवरून काय करण्याची गरज आहे याविषयी चर्चाही त्यात केली जाते.

विपणन संशोधन (Marketing Research) करताना त्यात केवळ नवीन उत्पादनाचे प्रात्यक्षिक दाखवून मत विचारणे इतकाच भाग नसतो. तर तयार केलेल्या

उत्पादनाची जाहिरात दृक्-श्राव्य माध्यमाद्वारे ग्राहकांना दाखवून त्यांचे मत आजमावले जाते. यासाठी २-३ प्रकारे जाहिरात केली जाते.

याचे अनेक उद्देश असतात. जाहिरातीवरून ग्राहकांना उत्पादनाची कल्पना येते का, जाहिरातीविषयी त्यांना काय वाटते, जो संदेश त्यांच्यापर्यंत पोचवायचाय तो पोचतोय ना, काही गोष्टी अप्रत्यक्षरीत्या दाखवल्या जातात त्या लक्षात येतात का, ग्राहकांना कळतात का हे आजमावायचे असते. तसेच एकाच प्रकारची जाहिरात दृक्-श्राव्य माध्यमाद्वारे सर्वत्र दाखवली जाणार असेल, प्रसारित होणार असेल तर ग्रामीण व शहरी भागातील ग्राहक, शिक्षित व निरक्षर ग्राहक यांचा विचार करावा लागतो. वस्तूंची किंमत योग्य आहे का, याचा उपयोग कोणत्या ग्राहकांना होईल इ. अनेक गोष्टींचा अभ्यास करावा लागतो.

अशा संशोधनासाठी नमुन निवड कोणती करणार हे ठरवावे लागते. लक्ष्य (Target) ग्राहक कोण आहे किंवा कोणाची निवड करायची हे ठरवावे लागते. यात काही निवडक लोकांना घेणार की ठरावीक वयावरील कोणतेही ग्राहक चालतील हे पहावे लागते.

०   ०   ०

सामाजिक संशोधनात मानसिकतेत बदल घडवून आणण्यासाठी काही फिल्म दाखवून त्याचा परिणाम आजमावला जातो. अशा वेळी फिल्म बघताना बघणाऱ्याच्या चेहऱ्यावरचे भाव, कोणत्या गोष्टीला कसा प्रतिसाद देतात असे अभ्यासही करावे लागतात.

०   ०   ०

व्यवस्थापन संशोधनही करता येते ज्यात आस्थापना, कंपनी यांत काम करणाऱ्या नोकरवर्गाच्या गरजा, कामामागच्या प्रेरणा, प्रश्न, समस्या इ. गोष्टींचा समावेश असतो.

ग्राहक समाधान संशोधन तर अलीकडे बँका, संचार निगम, रुग्णालयेही करू लागली आहेत. अशी कामेही करता येतात.

०   ०   ०

संशोधनक्षेत्रात करियर करण्यासाठी सध्या भरपूर वाव आहे. परदेशी कंपन्याही भारतात त्यांच्या मालासाठी बाजारपेठ शोधत आहेत त्याही अशा पाहण्या करतात.

विपणन संशोधन हे अनेक कारणांसाठी केले जाते –

यातील काही कारणांचा विचार केला आहे.

१. वस्तू किंवा उत्पादनाविषयी संशोधन केले जाते ज्यात वस्तूची उपयोगिता,

दर्जा, आकार इ.चा अभ्यास केला जातो.

२. ग्राहकांविषयी संशोधन केले जाते ज्यात ग्राहकांची आवड, त्यांचे समाधान, अपेक्षा यांचा अभ्यास केला जातो.

३. वस्तूच्या किमतीविषयी संशोधन केले जाते ज्यात वस्तूची किंमत याविषयी धोरण, मूल्यमापन याचा अभ्यास केला जातो.

४. बाजारपेठेविषयी संशोधनात विक्रीविषयी काही अंदाज बांधणे, बाजाराची वैशिष्ट्ये यांचा समावेश होतो.

❑

संशोधन आराखडा करताना

संशोधनअभ्यास करतांना आराखडा (Design) तयार करणे ही दुसरी आवश्यक पायरी. पीएच.डी. करतांना हा आराखडा तयार करण्याचा हेतू माहिती (Data) गोळा करताना त्याची दिशा कुठली असणार आहे, हे कळते. हा आराखडा तयार करतांना खालील प्रश्नांचा विचार करायचा असतो.

१) हा अभ्यास कशाचा आहे ?

२) हा अभ्यास का करायचा ?

३) हा अभ्यास कोणत्या भागात करणार ?

४) या अभ्यासासाठी कोणत्या प्रकारची माहिती (Data) मिळविणे आवश्यक आहे ?

५) ही माहिती कुठे मिळेल ?

६) या अभ्यासासाठी किती वेळ द्यावा लागेल ?

७) नमुना (Sample) कोण आहे कसे निवडले ?

८) माहिती गोळा करण्यासाठी कोणते तंत्र वापरणार ?

९) गोळा केलेल्या माहितीचे विश्लेषण कसे करणार ?

१0) प्रबंध /अहवाल कशाप्रकारे करणार ?

संशोधन आराखडा, प्रबंध अहवाल कसा असेल, हे स्पष्ट करत असतो. हा आराखडा कसा असावा याचे एक विशिष्ट स्वरूप असते ज्यातून विषय उलगडत जातो. अभ्यासाची स्पष्ट कल्पना येते. संशोधनाचे नियोजन यातून केले जाते. हा आराखडा अतिशय काळजीपूर्वक करणे गरजेचे असते. यात पुढे करणाऱ्या संशोधनाचा संपूर्ण आढावा घ्यावा लागतो. म्हणजे संशोधन ज्या पद्धतीने, जेवढ्या वेळात करायचे ठरवले आहे तेवढ्या वेळात ते होते. पीएच.डी. प्रक्रियेत या आराखड्याला सिनॉप्सिस असे म्हटले जाते.

हा आराखडा तयार करतांना वर दिलेल्या प्रश्नांच्या क्रमानुसार करत गेल्यास तो पद्धतशीर होता.

१. हा अभ्यास कशाचा आहे –

हे अर्थातच संशोधन अभ्यासासाठी नक्की केलेल्या शीर्षकावरून कळते. याबद्दल थोडी चर्चा मागील प्रकरणात केली आहे. संशोधनअभ्यासाचे शीर्षक हे सुटसुटीत, थोडक्यात संशोधनविषयाची कल्पना देणारे असावे लागते. यासाठी अचूक शब्द वापरावे लागतात. काही वेळा अभ्यासाची स्पष्ट कल्पना येण्यासाठी शीर्षक मोठे होत असेल तर ज्या व्यापक विषयातील अभ्यास करणार ते शीर्षक देऊन कंसात इतर तपशील देता येतो.

अ) वस्त्यांमध्ये रहाणाऱ्या पौगंडावस्थेतील मुलींचे प्रश्न

ब) दोन वर्षाखालील मुलांची वाढ व आहार

अशा शीर्षकांवरून विशेष बोध होत नाही. वस्त्यांमध्ये रहाणाऱ्या पौगंडावस्थेतील मुलींचे प्रश्न यात कोणत्या शहरातले प्रश्न किंवा कोणत्या भागातल्यांचे प्रश्न हे स्पष्ट होत नाही.

दुसऱ्या शीर्षकामध्येही दोन वर्षांखालील मुलांची वाढ व आहार परंतु ग्रामीण भागातील की नागरी भागातील की आदिवासी मुलांची हे कळत नाही.

याउलट पुढील शीर्षक –Impact of NGOS' on women's development with special reference to Mulshi Taluka in Pune District.

हे जरी लांबलाचक वाटलं तरी स्पष्ट आहे. भाषा विषयात संशोधन करताना एखाद्या साहित्यिकाचा अभ्यास असेल तर कै.ह.ना.आपटे : व्यक्ती आणि साहित्य एवढे शीर्षकही खूप बोलके असते.

साहित्यातील स्त्री प्रतिमा (१९४० ते १९९५) अशी शीर्षकेही विषय स्पष्ट करतात. परंतु हेच शीर्षक जर 'गेल्या पन्नास वर्षातील साहित्यातील स्त्री प्रतिमा असे

असेल तर त्याला भारदस्तपणा येतो. 'माध्यमातील स्त्रिया' अशा शीर्षकावरून काहीच बोध होत नाही. यात माध्यमात काम करणाऱ्या स्त्रियांविषयी लिहायचंय की माध्यमात रंगवल्या गेलेल्या स्त्री चित्रणाविषयी लिहायचंय, हे कळत नाही.

यासाठी शीर्षक देताना ते विषयाची स्पष्ट कल्पना देणारे आहे का हे जरूर पहावे. खाली काही शीर्षके दिली आहेत –

१) कहाण्यांमधून दिसणारे स्त्री-जीवन.

२) पुणे शहरातील फिरत्या शाळांचा अभ्यास.

३) महाराष्ट्रातील महाविद्यालयीन विद्यार्थ्यांची अभ्यासपाहणी.

०   ०   ०

२. हा अभ्यास का करायचा –

या मुद्द्यात प्रस्तुत विषयाच्या अभ्यासाची नेमकी गरज काय आहे हे लिहावे लागते. यासाठी सदर विषयाची पार्श्वभूमी लक्षात घेऊन शीर्षकानंतर निवडलेल्या विषयाबाबत सध्याची परिस्थिती काय आहे याचे वर्णन करणे गरजेचे असते. यात प्रकाशित साहित्यातून काय दिसते याचा उल्लेख किंवा पूर्वी केल्या गेलेल्या संशोधनातील निष्कर्षांचाच पुढे अभ्यास करणार असल्यास ती पार्श्वभूमी लिहिणे गरजेचे असते. यालाच प्रस्तावना असे म्हटले जाते. ज्या विषयाचा अभ्यास करणार त्यातली वस्तुस्थिती वर्णन केल्यावर पुढचा भाग अर्थातच येतो की सदर अभ्यासाची उद्दिष्टे (Objectives) काय आहेत. ती नमूद केल्यावर विषय अधिक स्पष्ट होतो. ज्या विषयावर संशोधन करणार त्याची गरज का निर्माण झाली.याची नोंद संशोधकाने घ्यावी लागते. उदा. सामाजिक परिवर्तनाचा अभ्यास करताना स्वयंसेवी संस्थांचा अभ्यास करता येतो. हा अभ्यास करताना अनेक स्वयंसेवी संस्था कार्यरत आहेत. परंतु परिवर्तन खरोखरच आहे का, झाले असल्यास कोणत्या। घटकांमध्ये ब का हे अभ्यासाचे उद्दिष्ट असू शकते.

या विषयावर यापूर्वी संशोधन झालेले असले तरी त्यात काही उणिवा असल्यास त्याचा उल्लेख करून केल्या जाणाऱ्या अभ्यासाची उद्दिष्टे नमूद करावी लागतात.

संशोधनाचा उद्देश खालीलपैकी कोणता आहे हे निश्चित करावे लागते – यामध्ये पहिला उद्देश १. अन्वेषणात्मक संशोधन (Exploratory Research) ज्यात एखाद्या घटनेचा परिचय करून घ्यायचा किंवा त्याबद्दल नव्या माहितीचा शोध लावणे. आपल्या अपरिचित काही घटना, प्रसंग असतात त्या नेमक्या काय आहेत ते अभ्यासणे, म्हणजेच अन्वेषणात्मक संशोधन होय. माहिती तंत्रज्ञान क्षेत्राचा इतर उद्योगांवर काय

परिणाम झाला आहे. याविषयी अधिक ज्ञान मिळविणे.

१) धरणाच्या पाण्यामुळे शेतकऱ्यांच्या जीवनात नेमका काय बदल झाला, शेतीत काय बदल झाला याचा शोध घेणे, याचेही संशोधन होऊ शकते. तसेच रस्ते बांधणीमुळे उद्योग व्यवसायात वाढ झाली आहे का, त्यातून नेमके किती उत्पन्न वाढले अशा विषयांचा परिचय करून घेतो येतो.

अशा प्रकारे संशोधन करायचे असल्यास कोणकोणत्या पद्धती वापरता येतील. याचा विचार करून विषयाचे स्पष्टीकरण देता येते.

२) वर्णनात्मक संशोधन – याला Descriptive Research असे म्हटले जाते. ज्यात एकादी व्यक्ती, परिस्थिती किंवा एखाद्या समस्येशी संबंधित असलेल्या वस्तुस्थितीचे वर्णनात्मक विवेचन करणे. यात एखाद्या विशिष्ट समाजाची राहणी, जीवनशैली यांची विविध स्रोतांमधून जमेल तितकी माहिती गोळा करून त्याविषयीचे चित्रण (Participatory Observation) केले जाते. यासाठी सहभागी निरीक्षण (Observation) , मुलाखत (Interview) निरीक्षण (Observation) इ. विविध पद्धती वापरल्या जातात. उदा. जाहिरातींचा जीवनावर होणारा प्रभाव या विषयात संशोधन करताना वेगवेगळ्या जाहिराती, त्यात दाखवल्या गेलेल्या वेगवेगळ्या गोष्टी यांच्या वर्णनावरून कोणत्या गोष्टीचे लोकांनी अनुकरण केले आहे.

०　　　　　　०　　　　　　०

३) निदानात्मक संशोधन – (**Diagnostic Research**) अशा संशोधनात समस्या जाणून घेऊन त्यावरील उपाय सुचविले जातात. यामध्ये गृहीत धरलेल्या समस्येवर उपाय शोधले जातात. एखाद्या घटनेचा इतर गोष्टींशी काय संबंध आहे याचाही शोध घेतला जातो व त्यावरून निदान केले जाते. यात गुन्हेगारी, गरिबी, बेकारी या व अशा अनेक समस्यांच्या कारणांचा शोध घेऊन त्यावर उपाय शोधले जातात. यात समस्या आहे हे गृहीत धरलेले असते.

परंतु यासाठी संशोधनसमस्येविषयी संपूर्ण माहिती असणे आवश्यक असते. कारण त्याशिवाय योग्य उपाय सुचविता येत नाही.

याशिवाय संशोधनाची उद्दिष्टे (Objectives) एक, दोन, तीन, अशा प्रकारे थोडक्यात मांडली गेली पाहिजेत.

०　　　　　　०　　　　　　०

व्यावसायिक संशोधक म्हणून काम करताना ज्या संस्थेला, विभागाला हा

अभ्यास करायचा असेल त्यांनी अभ्यासाची उद्दिष्टे ठरविलेली असतात. कारण विपणन संशोधन (Marketing Research) करताना किंवा बाजारपेठेची पाहणी (Market Survey) करताना काही समस्या उद्भवलेल्या असतात. विक्री जमा होणे, ग्राहकांची उत्पादनाविषयीची तक्रार किंवा नवीन उत्पादन ग्राहकांपर्यंत पोचवणे हे उद्देश संस्थेचे ठरलेले असतात व त्याला अनुसरून संशोधन करावे लागते. हेच एखाद्या योजनेचा अभ्यास करायचा असला तरीही कोणत्या उद्दिष्टांसाठी तो करायचाय हे ठरवले असते.

० ० ०

४. हा अभ्यास कोणत्या भागात करणार –

संशोधनासाठी (पीएच.डी.) संपूर्ण राज्याचा अभ्यास करायचा किंवा पूर्ण जिल्ह्याचा अभ्यास करायचा इतके मोठे लक्ष्य नसते. त्यामुळे आपण हा अभ्यास कोणत्या भागात करणार याची निवड करावी लागते व त्याच भागात तो का करणार याचा विचार करून स्पष्टीकरण द्यावे लागते. यात विशिष्ट राज्य, जिल्हा, तालुका गावे इ. चा स्पष्ट उल्लेख असावा लागतो.

उदा. – राज्य —————— महाराष्ट्र   जिल्हा —————— पुणे
तालुका ————— मावळ   गावे – ११ (नावे ————————)

यात मावळ तालुक्यातील परिस्थिती निवडलेल्या गावांमधील परिस्थिती, निवडलेल्या विषयांशी त्याचा थेट संबंध याविषयी लिहावे लागते. याखेरीज निवडलेल्या जिल्हा, तालुका याचे क्षेत्रफळ, लोकसंख्या, साक्षर-निरक्षरता, पिके, मोठे प्रकल्प इ. माहिती लिहिल्यास एका दृष्टिक्षेपात वाचणाऱ्याला निवड केलेल्या भागाची कल्पना येते.

राज्यशास्त्र, समाजशास्त्र, समाजकार्य, मानसशास्त्र इ. सर्व शाखांमध्ये संशोधन करताना क्षेत्रीय अभ्यास करावयाचा असेल तर या गोष्टी कराव्या लागतात.

व्यावसायिक संशोधक म्हणून काम करताना ज्या संस्था, विभाग यांच्यासाठी काम केले जाते त्यांच्याकडूनच याची निवड केली जाते. कारण असणारी किंवा जाणवणारी समस्या नेमक्या कोणत्या भागात आहे याची त्यांना कल्पना असते. यात काही वेळा एखाद्या विशिष्ट भागात विशिष्ट परिस्थिती आहे, असे जाणवले विशेषतः विपणनक्षेत्रात तर त्याबद्दल अधिक अभ्यास करता येतो.

० ० ०

४. या अभ्यासासाठी कोणत्या प्रकारची माहिती (Data) मिळविणे आवश्यक आहे ती कुठे मिळेल –

प्रत्येक विषयासाठी निवडलेले घटक वेगवेगळे असतात, तसेच अभ्यासाचा हेतूही वेगळा असतो व त्याला अनुसरून माहिती मिळविली जाते. उदा. स्वयंसेवी संस्थेचा अभ्यास करायचा असल्यास – १. संस्थास्थापनेचे वर्ष २. संस्थेची उद्दिष्टे ३. कोणत्या भागात काम करतात. ४. तोच भाग निवडण्याचे कारण ५. त्या भागातील कोणत्या गावांमध्ये काम चालते. ६. ती गावे निवडण्यामागे कारण. ७. निवडलेल्या गावांमध्ये कोणते काम करतात. ८. त्या कामाविषयी गावकऱ्यांचं मत काय आहे.९.त्यांचा स्वतःचा अनुभव काय आहे ? १०.निवडक लोकांना संस्थेच्या कामाचा लाभ मिळतो का ११. असे असल्यास लाभधारक कसे निवडले. १२. संस्थेबद्दल गावकऱ्यांना माहिती कशी दिली. १३. गावकऱ्यांमध्ये त्यांच्या स्वतःच्या प्रश्नांबद्दल जागरूकता कशी निर्माण केली. १४. यासाठी कोणत्या पद्धतींचा वापर केला. १५.या कामाबद्दल संस्थेतील कर्मचाऱ्यांचा अनुभव काय आहे.१६.योजना, कार्यक्रम गावकऱ्यांसाठी जे राबवले गेले ते व्यवस्थितपणे राबवले गेले का, गावकऱ्यांचा प्रतिसाद कसा होता. १७. योजना राबविण्यात काही त्रुटी जाणवतात का? त्यातून बाहेर पडण्यासाठी काय केले? १८.संस्थेचे उद्दिष्ट साध्य झाले का? १९.प्रकल्पाला आर्थिक मदत कोठून मिळते ?

ही व अशी प्रकारची माहिती मिळविताना संस्थेतील व्यक्ती, गावकरी यांच्याकडून मिळवावी लागते. संस्था महिलांसाठी, बालकांसाठी की संपूर्ण गावासाठी काम करते, यावरून संस्थेच्या प्रकल्पांविषयी काय वाटते त्याचा उपयोग किती झाला ही माहिती त्या घटकांकडून घ्यावी लागते.

प्रकल्पाला आर्थिक मदत कोठून मिळते याची माहिती संस्थेकडून तर घ्यावी लागतेच, परंतु एखाद्या शासकीय योजनेअंतर्गत मदत मिळत असेल तर शासनाच्या विभागाकडूनही योजनेचे उद्दिष्ट नेमके काय आहे, आर्थिक मदत देताना संस्थांची निवड कोणत्या निकषावर शासनाने केली, हेही अभ्यासावे लागते.

संस्था चालवत असलेल्या कोणत्या कार्यक्रमांना यश आले ते का व अपयश जरी आले असले तरी त्याची कारणे शोधावी लागतात, ही माहिती संस्थेतील कर्मचारी, गावकरी या दोघांकडून घेऊन मूल्यमापन करावे लागते. संस्थेला कार्यक्रम राबविण्यात कोणत्या अडचणी येतात. हेही त्यांच्याकडून जाणून घ्यावे लागते. ही सर्व माहिती मिळणे आवश्यकच असते.

६. या अभ्यासासाठी किती वेळ द्यावा लागेल –

संशोधन पीएच.डी. साठी करावयाचे असल्यास कमीत कमी दोन वर्षांत करावी लागते व विषयानुरूप जास्त वेळ लागू शकतो. त्यामुळे त्यात लवचिकता ठेवावी लागते. एम्.फिल.च्या अभ्यासक्रमात यासाठी ठरावीक वेळ दिलेला असल्याने त्यात ते पूर्ण करावे लागते. पीएच.डी.च्या अभ्यासात तर रजिस्ट्रेशन करण्यापूर्वीच काही विद्यार्थी विषय निवडून वाचन करायला सुरुवात करतात व विषयाची अधिकाधिक जाण यावी यासाठी प्रयत्न करतात त्यामुळे पुढचे काम अर्थातच सुलभ होते. हा एक भाग झाला.

दुसरा भाग म्हणजे विषय निवडल्यानंतर अभ्यासाचा आवाका लक्षात घेऊन वेळेचा अंदाज करावा लागतो, की अभ्यास पूर्ण करण्यासाठी २ वर्षे पुरेशी आहेत की जास्त कालावधी लागेल. त्यानुसार कामाची आखणी करावी लागते. क्षेत्रीय अभ्यास असेल तर वेळ बहुधा जास्त लागतो.

संशोधनासाठी लागणारा वेळ ठरविताना मुलाखत पद्धतीने माहिती गोळा करायची असेल तर एका प्रश्नपत्रिकेला भरण्यासाठी किती वेळ लागेल यावरून क्षेत्रीय अभ्यासाचा वेळ, अहवाल लेखन, माहिती विश्लेषण या सर्वांचा लागणारा वेळ, क्षेत्रीय अभ्यास बाहेरगावी जाऊन करायचा असल्यास दर दिवसाला किती प्रश्नपत्रिका होतील, प्रवासाला किती वेळ लागेल, क्षेत्रीय काम इतरांकडून करून घेणार असल्यास आणलेली माहिती तपासण्यासाठी (Cross Checking) अवश्य वेळ ठेवावा. शिवाय प्रत्येक प्रश्नपत्रिका बारकाईने तपासून विश्लेषणाला सुरुवात करावी. या बाबी विचारात घेऊन वेळेचा अंदाज करावा लागतो.

०   ०   ०

व्यावसायिक संशोधन ज्यांच्यासाठी करणार त्यांच्याकडून वेळ ठरवली जाते कारण उत्पादन कंपन्यांना नवीन उत्पादन बाजारात कधी, केव्हा आणायचे याविषयीचे नियोजन ठरलेले असते. त्यामुळे त्या वेळात गोष्टी पूर्ण कराव्या लागतात. शासकीय विभागासाठी काम करतानाही अशा अभ्यासासाठी वेळ ठरवून पुढील गोष्टी (संशोधनातून पुढे आलेल्या) राबविण्याचे ठरवलेले असते. त्यामुळे वेळेत काम पूर्ण करावे लागते व त्यासाठी कामाचे योग्य नियोजन करावे लागते.

व्यावसायिक अभ्यासातही या बाबी विचारात घ्याव्याच लागतात परंतु अशा वेळी जास्त मनुष्यबळ वापरून कामे पूर्ण करून घ्यावी लागतात कारण आर्थिक गणिते त्यानुसार आखलेली असतात. व्यवस्थित नियोजन करून काम केल्यास ठरविलेल्या

मुदतीत सर्व कामे (Activity) पूर्ण होतात.

दोन्हीकडे कामाची मुदत लिहिताना एकूण कामाचा वेळ लिहावा लागतो शक्यतो प्रत्येक कामाचा (Activity) वेळ वेगळा नमूद करू नये. परंतु कच्च्या आराखड्यात मात्र हे असावेच लागते.

७. नमुना (Sample) कोण आहे ? कसे निवडले ? –

सामाजिक संशोधन, बाजारपेठेची पाहणी, विपणनसंशोधन यात नमुनानिवड करावी लागते. ते निवडलेल्या विषयावर अवलंबून असते. उदा. एखाद्या सामाजिक संस्थेचा किंवा खाजगी कंपनीचा अभ्यास करताना त्यातील सर्व सदस्यांशी संपर्क साधणार असल्यास त्याला जनगणना (Census) असे म्हटले जाते. उदा. बालकांसाठी काम करणाऱ्या संस्थेचा अभ्यास करताना कार्यालयीन सर्व कर्मचारी, व्यवस्थापनातील सदस्य, पदाधिकारी, शिक्षक, ती संस्था जर निवासी असेल तर भोजनगृहात काम करणारे, वसतिगृहात काम करणारे सर्व कर्मचारी यांच्याशी संपर्क साधला जाणार असल्यास त्याला जनगणना म्हटले जाते.

खाजगी कंपनीच्या कर्मचारी वर्गाचा अभ्यास (Employee Satisfaction Survey) करतानाही सर्व कर्मचाऱ्यांच्या मुलाखती असतील तर त्याला जनगणनापद्धत असे म्हटले जाते.

परंतु वरील विषयाचे स्वरूप पाहिले तर ते अत्यंत मर्यादित असल्यामुळे हे शक्य आहे. व संस्थेचे किंवा खाजगी कंपनीचे संपूर्ण चित्र डोळ्यासमोर उभे रहाण्यासाठी त्या सर्वांशी संवाद साधणेही गरजेचे असते.

याउलट जर 'संगणकामुळे लघुलेखका (Stenographer) च्या कामावर काय परिणाम झाला हा जर अभ्यासाचा विषय असेल तर अर्थातच सर्व लघुलेखकांशी संपर्क साधणे हे केवळ अशक्य असते. म्हणून याला पर्याय म्हणजे नमुना निवड करणे. जे संपूर्ण लघुलेखकांचे प्रतिनिधित्व करू शकतील, त्यांच्याकडून माहिती घेऊन परिस्थितीबाबत निष्कर्ष मांडणे.

अशाच प्रकारे बाजारपेठेची पाहणी करतानाही ग्राहकोपयोगी वस्तूंचा अभ्यास करायचा असेल तर तो दुकानांमधून करायचा असेल तर अशा वेळी एखाद्या शहरातील सर्व दुकाने अभ्यासायची ठरवली तर ते वेळ व आर्थिक घटक या दोन्ही बाजूंनी शक्य होत नाही. अशा वेळी काही दुकानांची निवड केली जाऊन त्यांचा अभ्यास करता येतो.

परंतु यात नमुन्याची निवड अचूक करावी लागते. यात काही निकष लावून संपूर्ण समाजाचे किंवा विशिष्ट विषयाच्या अभ्यासासाठी प्रतिनिधिक स्वरूपाचे ठरतील अशा नमुन्यांची निवड करावी लागते. उदा. ''संगणकामुळे लघुलेखकाच्या कामावर काय परिणाम झाला'' याचा अभ्यास करायचा असल्यास प्रथमतः हा अभ्यास स्त्रीयांचा कर्मचाऱ्यांचा की पुरुष कर्मचाऱ्यांचा करायचा हे ठरवावे लागते. व त्यानंतर असे कर्मचारी खाजगी नोकरीत असतात, सरकारी नोकरीत असतात व निमसरकारी नोकरीतही असतात. त्यानुसार किती नमुन्यांची पाहणी करणार ते ठरवून त्या सर्वांचे प्रतिनिधित्व करणारे नमुना निवडणे म्हणजे शंभरात एकसारखी टक्केवारी पाहिजे असेल तर त्या प्रत्येक क्षेत्रातल्या (सरकारी, निमसरकारी, खाजगी) लघुलेखकांना सारख्याच प्रमाणात निवडणे, यातही ठरावीक वर्षे नोकरी करणाऱ्या लघुलेखकांना निवडायचे असेल तर तशी निवड करावी लागते.

बाजारपेठेची पाहणी करण्यासाठीही जरी दुचाकी, चारचाकी वाहनमालकांच्या मुलाखती घ्यायच्या असल्या तरीही त्यात विशिष्ट कंपनीचे उत्पादन, विशिष्ट कालावधीत खरेदी केलेल्या गाड्या, एकाच शहरात खरेदी केलेल्या की ज्या ठिकाणी मोठ्या प्रमाणात जाहीरात केली गेली अशा ठिकाणच्या गाड्यांच्या मालकांच्या मुलाखती घ्यायच्या हे ठरवून त्यानुसार नमुनानिवड करावी लागते. परंतु ही निवड करताना जिथून गाडी घेतली त्या ठिकाणी ही माहिती उपलब्ध असते त्यातून नमुनानिवड करणे सोपे असते.

जीवनशैली, आर्थिक स्तर समान असलेल्या व्यक्तींमध्ये अगदी छोट्या नमुन्यावर जरी अभ्यास केला तरीही येणारे निष्कर्ष मोठ्या लोकसंख्येला बहुतांशी लागू होतात.

शहराच्या समस्या जाणून घेण्यासाठी प्रत्येक व्यक्तीकडून प्रश्नपत्रिका भरुन घेण्याऐवजी व निवडक लोकांनाच प्रश्न विचारण्याऐवजी म्हणजेच नमुनानिवड न करता कोणत्याही व्यक्तींना बोलावून गटचर्चा करुन हे जाणून घेता येते. (Random Selection)

बाजारपेठेची पाहणी करतानाही साबण, पेस्ट, तेल, खाद्यपदार्थ, (नेहमीचे) यासाठी करताना कोणत्याही व्यक्तीला विचारुन माहिती मिळविता येते. यात नवीन उत्पादन बाजारात आणायचे असले तरीही किंमत, स्वरूप, उपयोग याबद्दलच्या अपेक्षा कळतात.

हेच जर परदेशी बनावटीची मोटार वापरणाऱ्यांची पाहणी करायची असेल तर

त्यात ठरावीक व्यक्तीच येतील व अशी संख्याही थोडी असल्याने सर्वांचा अभ्यास करावा लागतो त्यातूनच योग्य माहिती मिळते.

व्यष्टि अध्ययन (Case Study) करताना काही तरी वैशिष्ट्ये असलेल्या, वेगळ्या व्यक्ती निवडल्या असल्याने त्यांचाच अभ्यास करावा लागतो. उदा. करागिल युद्धात बळी गेलेल्या महाराष्ट्रातील जवानांच्या विधवांचा अभ्यास करायचा असेल तर त्या प्रत्येकीचे पूर्वायुष्य, सध्याची परिस्थिती भिन्न असल्याने प्रत्येकीचा अभ्यास वेगळा करावा लागेल. यात प्रत्येकाचा सखोल अभ्यास करावा लागतो.

नमुनानिवडीमागे तर्कशुद्धता असावी लागते. महाविद्यालयात शिक्षण घेणाऱ्या विद्यार्थ्यांच्या अभ्यासासाठी शहरातील महाविद्यालयात शिकणाऱ्या १% विद्यार्थ्यांची पाहणीही योग्य ठरते.

८. माहिती गोळा करण्यासाठी कोणते तंत्र वापरणार –

यात बहुतांश वेळा एकापेक्षा जास्त तंत्रे वापरावी लागतात. ज्यातून आपल्या म्हणण्याला पुष्टी मिळते. नमुनानिवड कोणत्या प्रकारची केलेली आहे. यावरही ते अवलंबून असते. उदा. निरक्षर महिलांना त्यांच्या उत्पन्नातील किती भाग त्या स्वतःसाठी ठेवतात असे विचारले असता त्या एकदम आकडा सांगू शकणार नाहीत; परंतु हेच जर काही वस्तू (गोट्या, सागरगोटे) दाखवून एकूण किती उत्पन्न मिळतं व तुम्ही स्वतःला किती ठेवता हे अशा माध्यमातून ते सांगू शकतात.

गावात सुधारणा करायची असल्यास प्रत्येक जण नेमकं काय पाहिजे हे कदाचित सांगू शकणार नाही. परंतु चित्राच्या माध्यमातून जर व्यक्त करायला सांगितले तर ते करू शकतील.

बालकांचे लैंगिक शोषण, एड्स अशासाठी पाहणी करताना संशोधक बाहुल्यांच्याद्वारे संवाद स्वतःच म्हणून एखादे दृश्य, नाटिका सादर करून माहिती, प्रतिक्रिया जाणून घेऊ शकतो.

कोणत्या तंत्राने माहिती मिळवणार हे निवडलेला विषय व निवडलेला नमुना यांच्यानुसार ठरवावे लागते. त्यानुसार मुलाखत औपचारिक, अनौपचारिक, अनुसूचीद्वारा, प्रश्नपत्रिकेद्वारा मुलाखत घेणे ही तंत्रे वापरता येतात. केस स्टडी करताना दैनंदिनी, रोजनिशी यातून माहिती मिळवावी लागते.

९. गोळा केलेल्या माहितीचे विश्लेषण कसे करणार ? –

माहिती गोळा केली जाते ती कच्च्या स्वरूपातील असते. ती माहिती हातात

आल्यावर त्याचे वर्गीकरण करावे लागते, म्हणजेच एकजिनसी गट असतील त्यांची माहिती एकत्रित करणे ज्यावरुन त्या गटाविषयीचे चित्र स्पष्ट होते. तसेच विविध घटकांनुसार म्हणजे आर्थिक उत्पन्न, राहण्याचे ठिकाण, कुटुंबातील व्यक्तींची संख्या इ.नुसार वर्गीकरण करता येते.

अनुसूचीमध्ये कोड नंबर न देताही प्रत्येक पर्याय किती जणांनी निवडलाय हा आकडा लिहून त्यावरुन टक्केवारी काढता येते.

प्रश्नपत्रिका तयार करतानाच कोड नंबर दिले असतील तर ते चांगलेच परंतु तसे नसेल तर भरलेल्या प्रश्नपत्रिका हातात आल्यावर कोड नंबर देता येतात. तसेच तक्ते करतानाही मिळालेल्या उत्तरांमध्ये सर्वात जास्त व सर्वात कमी यातून मध्य काढले जातात. उदा. वयाचा विचार करताना –

२० ते ३० वीस व त्यापेक्षा जास्त परंतु ३० पर्यंत.

३१ ते ४० एकतीस व त्यापेक्षा जास्त व ४० पर्यंत.

४१ ते ५० एक्केचाळीस व त्यापेक्षा जास्त व ५० पर्यंत.

५१ ते ६० एक्कावन्न व त्यापेक्षा जास्त व ६० पर्यंत.

६० पेक्षा जास्त किंवा ६१व त्यापुढे

दुसऱ्या पद्धतीने पर्याय मोजून विश्लेषण करता येते.

उत्पन्न रुपये		कुटुंबाची संख्या
५०० रुपयांपेक्षा कमी	५॥ ५॥ ।।।।	१४
५०१ ते १०००	५॥ ५॥ ५॥ ५॥ ५॥	२५
१००१ ते १५००	५॥ ५॥ ।।	१२
१५०१ ते २०००	५॥ ५॥ ५॥ ।।।।	१९
२००१ ते २५००	५॥	५
२५०० पेक्षा जास्त	५॥ ।।	७
एकूण		८२

गोळा केलेली माहिती जर मोठ्या प्रमाणावर असेल तर प्रोग्राम करून संगणकात भरणे सगळ्यात चांगले; परंतु यातही कोड नंबर देऊन प्रश्नपत्रिका तयार ठेवल्या तर माहिती संगणकात भरणे सोपे जाते.

प्रत्येक तक्त्याखाली माहितीचे स्पष्टीकरण दिले गेल्याने त्याचा अर्थ कळतो. तक्त्याचे क्रमांक (नंबर) देताना सुरुवातीला प्रकरणाचा क्रमांक व मग तक्त्याचा क्रमांक देणे सोईचे असते. तक्ता क्रमांक १.२,१.३,२.४,२.५ अशा प्रकारे देणे योग्य ठरते. ही माहिती तुलनात्मक रीतीने सादर करायची असेल तरी करता येते.

०   ०   ०

१०. प्रबंध अहवाल कसा करणार –

संशोधनअहवालाचा, प्रबंधाचा आराखडा तयार करून त्यानुसार अहवाल तयार करावा लागतो. पीएच.डी.चे प्रबंध अर्थातच आकाराने मोठे असतात तर व्यावसायिक अभ्यासासाठी, पाहणीसाठी केलेले अहवाल तुलनेने लहान असतात. प्रबंधात किती प्रकरणे असतील त्यांची रचना कशी असेल याचा कच्चा आराखडा तयार करून ठेवावा लागतो. हा आराखडा कदाचित बदलतोही.

व्यावसायिक पातळीवर काम करताना बाजारपठेच्या पाहणीच्या अहवालाचे स्वरूप तर सुरुवातीच्या भागात पाहणीचा आढावा (Executive Summary) व पुढच्या भागात स्वयंस्पष्ट तक्ते असतात. त्यात अभ्यासाचे निष्कर्ष सुरुवातीच्या सारांशात मांडलेले दिसतात.

संशोधनप्रबंध /अहवाल ही संशोधनातील शेवटची व अत्यंत महत्त्वाची पायरी असते. व्यावसायिक संशोधन सामाजिक शास्त्रातील असो की, बाजारपेठेच्या पाहणीचे असो त्यात प्रश्नांवर उपाय शोधणे यावर भर दिलेला असतो.

व्यावसायिक संशोधन करतानाही आराखडा तयार करावा लागतो ज्याला रिसर्च प्रपोजल / (संशोधन आराखडा) असे म्हटले जाते. यात महत्त्वाच्या वरील सर्व गोष्टी नमूद कराव्या लागतात.

व्यावसायिक सल्लागार म्हणून काम करताना काही वेळा प्रशिक्षणाचे कामही करावे लागते. अशा वेळी प्रशिक्षण पुस्तिका तयार करण्यापूर्वी संशोधन करावे लागते. कारण प्रशिक्षणार्थींच्या गरजा जर कळल्या नाहीत, तर प्रशिक्षण व्यवस्थितपणे होऊ शकत नाही.

त्या संस्थेत कंपनीत काम करणाऱ्यांची प्रश्नपत्रिकेद्वारे पाहणी करून त्यांना स्वतःतील उणिवा काय जाणवतात, कौशल्ये काय जाणवतात, त्या उणिवा दूर

करण्यासाठी ते स्वतःच्या बाजूने काय प्रयत्न करतात व संस्थेने काय करावे असे वाटते. स्वतःची कौशल्ये ती कशा प्रकारे संस्थेच्या कामात वापरतात ती वाढण्यासाठी ते काय करतात, कंपनीने त्यासाठी काय करावे, अशी त्यांची अपेक्षा आहे. संस्थेत वातावरण कसे आहे, काम करताना ताण जाणवतात का, त्याचा कामावर काय परिणाम होतो, काम करणाऱ्यांचे वरिष्ठांशी, सहकाऱ्यांशी कसे संबंध आहेत, त्याचा कामावर काय परिणाम होतो, कामात तोचतोचपणा जाणवतो का, त्यासाठी काय केले जावे असे वाटते.

यातून त्यांच्या अपेक्षा, प्रश्न, विचार कळतात व त्यांची प्रशिक्षणाची नेमकी गरज काय आहे ते कळते. कोणत्या प्रकारचे प्रशिक्षण दिले गेले पाहिजे, कार्यालयीन वातावरणातील ताण कमी करण्यासाठी काही उपाय, सूचना सुचविल्या जातात. तसेच एखाद्याप्रसंगी ते काय निर्णय घेतील का, हे जाणून घेण्यासाठी त्यांच्याकडून पर्याय शोधून घेतले जातात.

ही प्रशिक्षणपुस्तिका संशोधन करून तयार केली गेली की, ती परिपूर्ण होत असते. तसेच ज्या घटकांसाठी, काम करणाऱ्यांसाठी ते करणार त्यांची गरज जाणून घेऊन त्यानुसार पुस्तिका तयार करून प्रशिक्षण दिले गेले की, ते परिणामकारकही ठरते. असे प्रशिक्षण खाजगी संस्थांमधील कर्मचारी, शासकीय संस्थांमधील कर्मचारी यांच्यासाठीही करावे लागते. काही वेळा ग्रामीण भागात काम करणाऱ्या कार्यकर्त्यांनाही त्यांचे प्रश्न जाणून प्रशिक्षण द्यावे लागते. अशा वेळीही संशोधन करून प्रशिक्षणासाठी वेगवेगळी तंत्रे निवडावी लागतात. जसे भूमिका करणे, समूहाने कृती करणे इ.

संशोधन करताना

पी.एच.डी. अभ्यासातील सर्वांत महत्त्वाची पायरी म्हणजे संशोधन. संशोधन आराखडा तयार करून झाला की पद्धतशीरपणे संशोधनाच्या कामाला सुरुवात केली जाते. विषयाची अधिकाधिक जाण येण्यासाठी पहिला टप्पा म्हणजे प्रकाशित साहित्याची पाहणी (Review of Literature) करणे.

प्रकाशित साहित्याची पाहणी

ही पाहणी करतांनाही विशिष्ट पद्धतीने केली जाते, करावी लागते. संदर्भासाठीची पुस्तके पहिल्यांदा फक्त विविध ग्रंथालयांतून जाऊन यादी करून आणणे गरजेचे असते. ही यादी करताना कोणत्या ग्रंथालयातून पुस्तकांची यादी करणार त्या ग्रंथालयाचे नाव लिहून तिथल्या पुस्तकांची एकत्रित यादी करणे पुढच्या कामासाठी सोयीचे जाते. त्यातही ग्रंथालयात त्या पुस्तकाचा जो नंबर आहे तो नावाबरोबर लिहून ठेवावा लागतो. कारण एकसारख्या नावाची पुस्तके असतात. त्यामुळे अचूक नंबर लिहावा लागतो.

अशा पुस्तकांची यादी करतांना विषयाशी संबंधित इतर पुस्तके अभ्यासावी लागतात. उदा. आयटी क्षेत्रातील स्त्रियांचा अभ्यास करायचा असल्यास स्त्रियांची पूर्वीची स्थिती, त्यात झालेला बदल, बदलाला कारणीभूत असलेले घटक, स्त्रिया

नोकरी करू लागल्या त्यावेळची परिस्थिती, बदलती शिक्षणपद्धती, विविध क्षेत्रांतील स्त्रियांचा सहभाग, माहिती तंत्रज्ञान क्षेत्राविषयी माहिती, त्यातील स्त्रियांच्या कामाचे स्वरूप या सर्वांशी संबंधित पुस्तके वाचावी लागतात. त्यामुळे त्याची नोंद करून ठेवावी लागते.

साखर शाळांविषयी अभ्यास करायचा झाल्यास शैक्षणिक परिस्थिती, त्यात पूर्वीपासून झालेले बदल, सरकारी शाळा, खाजगी शाळा, प्राथमिक शिक्षण, सरकारी नियम या सगळ्याविषयी झालेले संशोधनग्रंथ अभ्यासावे लागतात. यासाठी नोंद करताना हा विचारही नक्की करून ठेवावा. व त्यानुसार ग्रंथ शोधावे लागतात.

स्त्रियांचे समाजातील स्थान व भूमिका याचा अभ्यास करताना त्यांची पूर्वीची स्थिती, त्यातले बदल, बदलाला कारणीभूत घटक, स्त्रियांची पूर्वीची स्थिती यात आदीवासी स्त्रिया, वेदकाळातल्या स्त्रिया, मनुकाळातल्या स्त्रियांचे स्थान, आधुनिक काळातल्या स्त्रिया, शिक्षण, कायदा, विविध माध्यमे, स्त्रियांचे अर्थार्जन याचा विचार करावा लागतो. या सर्व विषयांवरील ग्रंथ अभ्यासावे लागतात.

केवळ पुस्तकेच नाहीत तर आपल्या निवडलेल्या विषयावरच्या लेखांची यादीही करावी लागते. ही यादी करतानाही बाइंडिंग केलेल्या अनेक अंकांमधून लेख शोधावे लागतात. त्यासाठी जास्त वेळ द्यावा लागतो व या नोंदी करतानाही लेखाचे नाव, लेखकाचे नाव, व्हॉल्यूम नंबर, कोणत्या महिन्याचा अंक आहे हे व्यवस्थित नोंदवावे लागते.

त्याचप्रकारे संशोधनप्रबंधही नोंदवून ठेवावे लागतात. संशोधन पेपर, लेख यासाठी काही वेळा बँकांच्या ग्रंथालयांना भेट देऊन त्यांची प्रकाशने, विशेषांक यांतून माहिती मिळते. त्यांच्या योजनांचे मूल्यमापन करणारे अभ्यास त्यांनी केलेले असतात. त्याचा आढावाही घ्यावा लागतो. यासाठी सुरुवातीला फक्त विषयाशी प्रत्यक्ष व अप्रत्यक्षरीत्या संबंधित लेखांची नोंद करून ठेवावी लागते.

वृत्तपत्रांमध्येही विषयाशी संबंधित लेख, बातम्या येत असतात. त्यांचीही पाहणी करावी लागते. या कामासाठी वेळ तुलनेने जास्त जातो. तसेच केवळ एक वृत्तपत्र पाहून अभ्यास होत नाही तर विविध वृत्तपत्रे पाहावी लागतात. त्या कार्यालयांना भेटी देऊन संदर्भ पहावे लागतात.

सुरुवातीला एखाद्या रजिस्टरमध्ये (एकाच ठिकाणी) या नोंदी केल्या की पुढचे काम सोपे होते. याशिवाय विश्वकोश, ज्ञानकोश, समाजविज्ञान कोश यांतूनही संकल्पनांचे अर्थ अधिक स्पष्टपणे कळतात. यासाठी जरूर वाटल्यास सार्वजनिक ग्रंथालयांना भेटी

द्याव्या लागतात. तिथे आणखीही संदर्भ मिळू शकतात. त्यांच्या नोंदी करून आणाव्या लागतात. शिवाय पाक्षिके, साप्ताहिके यांतले संदर्भही तिथे मिळतात.

विद्यापीठातील त्या त्या विभागांमध्ये जाऊन पुस्तकांची माहिती घ्यावी लागते. व्यवस्थापनशास्त्र, विपणन यात संशोधन करतांना खाजगी कंपन्यांमध्ये जाऊन माहिती घ्यावी लागते. काही वेळा सल्लागार कंपन्या (Consulting Firm) मध्ये जाऊन माहिती घ्यावी लागते.

या यादीवरून कराव्या लागणाऱ्या कामाची कल्पना येते. यादी सुसंगत व व्यवस्थित असेल तर कोणत्या वाचनाला प्राधान्य द्यायचं हेही ठरवता येतं. यात केवळ विषयाशी संबंधित पुस्तकेच वाचून भागत नाही. तर संशोधन पद्धत हीच का निवडली याचे स्पष्टीकरण द्यावे लागते. निवडलेली पद्धत का योग्य आहे याचेही विश्लेषण द्यावे लागते. यासाठी संशोधन पद्धतीशी (Research Methodology) संबंधित पुस्तके वाचावी लागतात. प्रश्नपत्रिकेद्वारा माहिती गोळा करायची झाल्यास त्यात अचूकता येण्यासाठी काय दक्षता घ्यावी लागते याचा अभ्यास करावा लागतो. या पुस्तकाच्या नोंदी करताना विदेशातील लेखकांची पुस्तकेही अवश्य पाहावीत. विविध संशोधन- संस्थांमधील ग्रंथालयात जाऊनही आणखी संदर्भग्रंथ पाहता येतात. तिथूनही अभ्यासासाठी आवश्यक ग्रंथांची सूची करावी लागते.

पुस्तकाचे नाव ---------------   लेखकाचे नाव -----------
लेखकाच्या नावाची आद्याक्षरे ---   क्रमांक ----------------

या पद्धतीने नोंद केलेली असली की पुस्तके मिळायला सोपी होतात.

बहुतेक ग्रंथालयांमध्ये संगणक असतात त्यावरूनही पुस्तकांविषयी माहिती मिळविता येते. मोठ्या ग्रंथालयांत तर पुस्तकाचा रॅक नंबरही त्यावर असतो तो काळजीपूर्वक टिपून ठेवावा लागतो.

वेगवेगळ्या वेबसाइटवरून मिळणाऱ्या माहितीचे प्रिंट काढून ठेवावे लागतात.

यानंतर प्रत्यक्ष ग्रंथ वाचून त्यातून टिपणे काढणे या कामाला सुरुवात होते. ही टिपणे काढण्याचीही विशिष्ट पद्धत असते. टिपणे काढताना एकसारख्या आकाराचे कागद घेऊन एका बाजूला समास सोडून व्यवस्थित टिपणे काढली की प्रबंधाचे काम पूर्ण होईपर्यंत ती नीट राहतात व त्याचा योग्य उपयोग करता येतो. ज्या पुस्तकातील टिपणे काढणार त्याच्या पूर्वी खालील माहिती पानाच्या वरच्या बाजूला लिहून ठेवावी लागते.

पुस्तकाचे नाव ------------------------

लेखकाचे नाव ------------------------

प्रकाशन ------------------- (गावाच्या नावासकट)

प्रकाशनाचे वर्ष --------------

पुस्तके भाषांतरित, रूपांतरित, संपादित असल्यास तेही स्पष्ट लिहावे.

०   ०   ०

अनेक वेळा पुस्तकाचे शीर्षक छोटे दिलेले असते. परंतु आतल्या पानांवर ते स्पष्टपणे दिलेले असते. ते लिहून ठेवावे लागते. उदा. एम्पॉवरमेंट ऑफ विमेन हे शीर्षक अनेक पुस्तकांना दिसेल परंतु आतल्या पानावर कायद्यासंदर्भात, आर्थिक बाबींच्या संदर्भात इ. तपशील कळतो. त्यामुळे हे शीर्षकही लिहून ठेवावे लागते.

काही वेळा पुस्तकाचा, ग्रंथाचा परिचय दिलेला असतो त्यातही हे शीर्षक स्पष्ट दिलेले असते. अभ्यास नेमका कशाविषयी आहे तेही यात दिलेले असते.

ग्रंथातील अभ्यास कोणत्या राज्याचा, कोणत्या जिल्ह्यांचा, स्वयंसेवी संस्थांचा अभ्यास असेल तर कोणत्या राज्यातील स्वयंसेवी संस्थांचा अभ्यास आहे त्यांची नावे काय, एखाद्या जिल्ह्याचा अभ्यास असेल तर कोणत्या तालुक्यांचा, कोणत्या गावांचा हा तपशील आला की दृष्टिक्षेपात त्याची कल्पना येते.

राज्य ------- जिल्हा ----- तालुके ---------

गावे १ -------- २ -------- ३ -----------

०   ०   ०

सामाजिक शास्त्रात संशोधन करताना पुस्तकाचे पहिले प्रकरण वाचून संशोधनाविषयी कल्पना आल्याशिवाय पुढे जाता येत नाही. यातून ज्या विषयाचा अभ्यास केलेला आहे त्याची जाण येते.

संशोधनअभ्यासात कोणत्या कोणत्या घटकांचा विचार केला आहे हेही समजून घेऊन त्याची नोंद करावी लागते.

नमुना पाहणी कितींची केलेली आहे त्यांच्या निवडीसाठी कोणते निकष लावलेत हेही तपशिलासकट लिहून ठेवावे लागते. ज्याचा उपयोग प्रबंध लिहितांना होतो.

गावे निवडतांना, संस्था निवडतांना कोणता विचार केला होता ह्याची नोंद करून ठेवावी.

प्रत्येक अभ्यास हा काही उद्दिष्टे डोळ्यासमोर ठेवून केला जातो ती उद्दिष्टे लक्षात

घेणे व उद्दिष्टांच्या पूर्तीसाठी कोणत्या दिशेने अभ्यास केला आहे यातून स्वत:च्या संशोधनअभ्यासासाठी काय करायला हवे याचा अंदाज येतो.

तसेच तद्अनुषंगिक कोणत्या इतर बाबींचा अभ्यास केला आहे हेही लक्षात घ्यावे लागते. उदा. धरणाच्या पाण्याने बागायती शेती होऊन लोकांचे राहणीमान उंचावले आहे का, नगदी पिके घेतात का हे अभ्यासतांना त्यांना मिळणाऱ्या वेळेचा उपयोग ते कसा करतात, राजकारणात सहभाग वाढला का, समाजकार्यात सहभाग वाढला का, विधायक कामे हाती घेतली का हे पाहणेही जरूरीचे असते. यातून सकारात्मक व नकारात्मक परिणाम अभ्यासता येतात.

केलेल्या पाहणीत कोणती अनपेक्षित माहिती मिळाली आहे याची आवर्जून नोंद करून ठेवावी. काढलेले निष्कर्ष त्याची कारणे, सुचविलेले उपाय लिहून ठेवल्यास प्रत्यक्ष संशोधन करतांना ते सोपे जाते.

व्यावसायिक म्हणून अशी कामे करतांना शासकीय विभागांनी यापूर्वी केलेल्या अशा प्रकारच्या पाहणींचे अहवाल पाहून, अभ्यासून संदर्भ जमवत येतात. कोणत्याण कारणासाठी अभ्यास केला गेला की दर काही वर्षांनी नियमितपणे पाहणी केली जात आहे ही माहितीही गोळा करता येते. अशी माहिती गोळा करतांना योग्य ती काळजी घ्यावी लागते. त्याविषयी पुढे विस्ताराने दिले आहे.

बालमृत्यूचे प्रमाण व महिलांविषयक माहिती (हे प्रमाण दर दहा हजार लोकसंख्येमागे आहे.)

राज्य	बाल मृत्युदर	काम करणाऱ्या महिलांचे प्रमाण	१८ वर्षांनंतर विवाह झालेल्या महिला	महिलासाक्षरता
१	३६७.५	३९५.८	१५५६.६	१७०.६
२	४५५.६	३४६.५	१३४३.७	१९९.३
३	३५६.७	३५९.९	१३७६.३	२११.४
४	४९५.५	३५१.२	१४५९.५	१४०.५
५	३२२.३	४०२.७	१६०७.२	१८०.३
६	३३१.२	३५८.२	१०५४.६	२५०.६

(संदर्भ – जनगणना अहवाल १९७३)

प्रकाशित किंवा उपलब्ध माहिती टिपून घेताना कुठलीही चूक करून चालत नाही. वरील तक्ता एक उदाहरणादाखल दिला आहे. दिलेल्या आकडेवारीचे प्रमाण

काय आहे, आकडेवारी कुठून घेतली आहे हा तपशील लिहून घ्यावा लागतो. अन्यथा तक्त्याचे शीर्षक जरी लिहायचे राहिले तरी माहिती कशाची आहे हे कळत नाही.

यात टक्केवारी जरी दिलेली असली तरी ती कशावरून काढली आहे हे स्पष्टपणे लिहिलेले असावे. काहीबेळा दिलेल्या आकडेवारीत शंका वाटल्यास मूळचे संदर्भ पाहून दुरुस्ती करावी लागते. तक्त्यात आकडे कधी-कधी पूर्णांक करून दिलेले असतात.

संदर्भ घेतांना शक्यतो मूळची आकडेवारी बघावी विशेषत: जनगणनेविषयीची आकडेवारी घेतांना तर मूळची प्रत पाहूनच आकडे लिहावेत त्यामुळे चुकण्याची शक्यता कमी असते आणि विशेषत: काही वेगळ्या प्रकारची माहिती असल्यास त्याचे स्पष्टीकरण दिलेले असते. उदा. एखाद्या गावाच्या लोकसंख्येत मोठा बदल झाला असल्यास कामासाठी किंवा अन्य कारणांसाठी लोकांनी कोठे स्थलांतर केले आहे तेही कळते.

या माहितीवर प्रबंधात किंवा संशोधनअहवालात टिपणी केली जाते, करावी लागते. म्हणून याबद्दल आवश्यक ती काळजी घ्यावी लागते.

निरीक्षणातून मिळालेल्या माहितीवर आधारित प्रबंध, संशोधननिबंध, संशोधन–अहवाल असल्यास त्याची टिपणे घेताना निरीक्षणे केव्हा, कोणत्या परिस्थितीत नोंदवली आहेत. निरीक्षणे घेतांना कशावर भर दिला होता, कोणत्या काळातील ही निरीक्षणे आहेत याची नोंद केली तर त्या विशिष्ट परिस्थितीमुळे निरीक्षणे वेगळी आहेत का ते लक्षात येते. यासाठी किती वेळ लागला, पूर्वतयारी काय केली होती या बाबींचीही दखल घेणे गरजेचे असते.

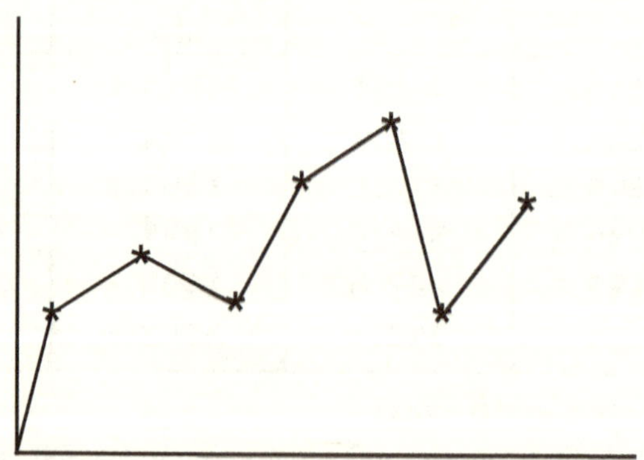

आलेख नोंद करतांना नुसताच अशा तऱ्हेने उतरवला गेला तर त्यातून काहीच बोध होणार नाही. हा आलेख कशाची चढ उतार दाखवतो, हे कळणार नाही. हा प्रत्यक्ष मिळालेल्या माहितीवर आधारित आहे की पुढच्या केलेल्या अंदाजावर आधारित आहे याची स्पष्टता हवी.

विपणन संशोधन (market research) करतांना विक्री किती वाढवायची किंवा कोणत्या काळात ती कशी असेल त्यानुसार त्याचे नियोजन करण्यासाठीही आलेखाद्वारे कल्पना दिली जाते. यासाठी त्याच्या स्पष्टीकरणासकट लिहून ठेवावे लागते.

अशा व्यवस्थितपणे लिहिलेल्या माहितीचा उपयोग, संशोधन अहवालात करता येतो. पूर्वीच्या अभ्यासातले निष्कर्ष व त्याचे स्पष्टीकरण लिहून घ्यावे लागते, ज्यातून त्याची मांडणी कशी करायची हे कळते. कोणते उपाय सुचवलेत त्यामागे काय विचार आहे, शिफारशी अमलात आणण्याजोग्या आहेत का हेही पाहावे किंवा त्यातल्या अडचणी कशा सोडवाव्या याचे उपाय काय सुचविले आहेत त्याचा अभ्यास करावा लागतो.

यात कोणत्या घटकांचा अभ्यास केला आहे. नवीन कोणत्या घटकांचा समावेश केला आहे. अशा अभ्यासांमध्ये काही वेळा असेही आढळते की गावेच्या गावे स्थलांतरित झालेली असतात. त्याची कारणेही शोधावी लागतात. कधीतरी जवळपासच्या ठिकाणी एखादा कारखाना उभारला जातो म्हणून किंवा नैसर्गिक आपत्ती, साथीचे रोग, म्हणून गावातले लोक दुसरीकडे जातात. यातून प्रश्नाची अधिक जाण येते.

ज्या विषयासाठी, योजनेसाठी अभ्यास करायचाय त्याची आकडेवारी, योजनेचा हेतू, अपेक्षित बदल याची माहिती घ्यावी लागते.

०   ०   ०

प्रश्नपत्रिका करताना –

विषयाची निवड, अभ्यास करायचे घटक नक्की झाले की पुढचे काम असते प्रश्नपत्रिका तयार करणे. हे कामही तितकेच आव्हानात्मक असते. प्रश्नपत्रिका तयार करताना निवडलेल्या घटकांविषयी, नमुना (sample) विषयी काय माहिती मिळणे अपेक्षित आहे, नेमकी काय माहिती घ्यायची आहे हे नक्की करून त्यानुसार प्रश्नपत्रिकेची, प्रश्नांची रचना करावी लागते.

प्रश्नपत्रिका तयार करताना अभ्यासाची उद्दिष्टे काय आहेत त्याला धरून प्रश्न विचारावेत. सर्वसाधारणतः कोणत्याही प्रकारची पाहणी (survey) असेल तरीही सुरुवातीला ज्या व्यक्तीला प्रश्न विचारणार त्याची वैयक्तिक माहिती विचारली जाते. ज्यावरून वयोगट, आर्थिक परिस्थिती, शिक्षण, स्त्री, पुरुष इ. कळते. आता ही माहिती

जर एकाच हवी असेल तर त्याची रचना –

    वैयक्तिक माहिती –––––––– नाव ––––––––––

    पत्ता/राहण्याचे ठिकाण –––––––––––– वय

    शिक्षण –––––––––––उत्पन्न ––––– रु.नोकरी/व्यवसाय –––––

ही माहिती भरताना किंवा प्रश्नांची रचना करताना ती वेगवेगळ्या प्रकारे करता येऊ शकते.

उदा. वय जर नेमके किती वर्ष न विचारता फक्त वयोगट विचारायचा असेल तर त्यात २०-३०, ३१-४०, ४१-५०, या तऱ्हेने विचारून जे उत्तर असेल त्यावर खूण करता येते. उत्पन्न विचारताना केवळ उत्पन्न रुपये असे न लिहिता मासिक उत्पन्न, वार्षिक उत्पन्न असे स्पष्टपणे विचारावे. राहण्याचे ठिकाण यातही जर शहरातील विशिष्ट भागांचे वर्गीकरण असेल तर तेवढेच फक्त विचारावे. ज्यामुळे नंतर प्रश्नपत्रिकांचे वर्गीकरण करणे सोपे जाते.

अशाच प्रकारे उत्पन्न विचारतानाही मासिक उत्पन्न विचारतानाही मासिक उत्पन्न ज्या व्यक्तींची पाहणी करणार त्यांच्यानुसार अंदाजे वर्गीकरण करून विचारल्यास फक्त खूण करता येते. शिक्षणाचेही अशाच प्रकारे उदा. १०वी पेक्षा कमी/१२/पदवी-पदविका/व्यावसायिक वर्गीकरण करून माहिती घेता येते. कुटुंबाची जात, धर्म विचारायचा असेल तर ते विचारता येते. अशी माहिती जर सर्व कुटुंबाचीच विचारायची असेल तर खालीलप्रमाणे विचारणे योग्य ठरते –

कुटुंबातील व्यक्ती	संपूर्ण नाव	वय	शिक्षण	व्यवसाय	उत्पन्न	स्त्री/पुरूष
१						
२						
३						
४						
५						

यावरून दृष्टिक्षेपात अंदाज येतो. अधिक तपशिलाने माहिती हवी असल्यास व्यक्ती विवाहित आहे का अविवाहित आहे तिचे कुटुंबप्रमुखाशी काय नाते आहे, सदर ठिकाणी वास्तव्य किती वर्षे आहे इ. कॉलम वाढवून हे विचारता येते.

या प्रश्नपत्रिकांची कोणत्या विषयाचे प्रश्न विचारणार त्यानुसार पुढे रचना केली

जाते. आर्थिक परिस्थितीची अधिक कल्पना हवी असल्यास–

घर स्वत:चे/भाड्याचे, सदनिका/स्वतंत्र घर

घरातील साधने – टी.व्ही./फ्रीज/म्युझिक सिस्टिम/डीव्हीडी/हीटर/इनव्हर्टर इत्यादी

घरातील वाहने – चारचाकी   दोनचाकी

यावरूनही अंदाज करता येतो. वाहनांची संख्या किती एवढे विचारणेही पुरेसे ठरते.

o   o   o

एम.फिल., पी.एच.डी.च्या अभ्यासासाठी जशी तपशीलवार प्रश्नपत्रिका वापरून माहिती मिळवावी लागते तशीख शासकीय विभागांसाठी, स्वयंसेवी संस्थांचा अभ्यास करण्यासाठीही प्रश्नपत्रिका तपशीलवार असावी लागते.

एकेका विभागाची रचना वेगळी करून प्रश्न विचारले की त्या त्या विभागावर लक्ष केंद्रित करता येते. उदा. शेतीविषयक माहिती हवी असल्यास त्याची रचना करताना

शेती किती आहे : ----- जिरायती ------ बागायती ------

पिके कोणती घेता -----------------

शेतीला पाण्याची सोय काय – पाट/कालवा/पंप/लिफ्ट

असे प्रश्न विचारले गेल्याने एकत्रित माहिती मिळते. शेती हेक्टर मधे की एकर मधे पाहिजे ते स्पष्ट विचारावे. काही वेळा जास्त जमीन असेल तर न कसता ठेवली जाते तेही स्पष्ट विचारावे लागते. प्रत्येक पीक किती एकरात/हेक्टरमध्ये लावले ही माहितीही विचारता येते.

परंतु जर नुसतेच आकडे मिळाले तर त्याचा काही उपयोग होत नाही. यासाठी ते स्पष्ट कळायला हवेत.

o   o   o

प्रश्नपत्रिका दोन प्रकारे तयार करता येतात. एक म्हणजे कोणती उत्तरे येतील याची आधीच कल्पना करून ती उत्तरे कोड नंबर देऊन विचारता येतात.

दुसरा प्रकार म्हणजे प्रतिसादक (respondent) कडून जसा प्रतिसाद मिळतो तसा तो लिहून घेतला जातो.

पहिल्या प्रकाराला (close ended) बंदिस्त व दुसऱ्या प्रकाराला (open ended) मुक्त असे म्हटले जाते.

बंदिस्त प्रकारात प्रश्न विचारताना – तुम्ही या विशिष्ट दुकानातून का खरेदी करता– १ उत्तम सेवा २ रास्त किंमत ३ उत्तम माल ४ घराजवळ आहे ५ दुकान उत्तम.

अशा वेळी एक किंवा अधिक उत्तरेही येऊ शकतात. परंतु या पर्यायाच्या बाहेर उत्तर सहसा जात नाही. हाच प्रश्न मुक्त प्रकारात विचारल्यास त्याचे उत्तर कदाचित – दुकान घराजवळ आहे, दुकानदार ओळखीचा आहे, उधारीवर माल देतो, घरपोच सेवा मिळते, कमिशन मिळते, खूप वर्षे इथेच माल घेतो असे मिळेल.

बंदिस्त की मुक्त प्रश्नपत्रिका हे ठरवून त्याप्रमाणे ती तयार करता येते. बंदिस्त प्रश्नपत्रिका करताना उत्तरे, प्रतिसाद काय मिळेल यासाठी आधी थोडी पाहणी (survey) करावी लागते. ज्यातून उत्तरांचे वैविध्य मिळते.

o   o   o

विपणन विषयक संशोधन (marketing research) करताना बहुतांश वेळा प्रश्नपत्रिकांमध्ये योग्य उत्तरावर खूणा करून पाहणी (survey) केली जाते कारण त्यात वेळ अतिशय कमी असतो व बाजारातील परिस्थिती सतत बदलत असते. त्याचे निष्कर्ष लवकरात लवकर मांडावे लागतात. ती प्रश्नपत्रिकाही लहान असते. ज्या विषयावर आवश्यक आहे तेवढेच प्रश्न विचारले जातात. प्रश्नपत्रिका शक्यतो एक- पानीच असते व योग्य उत्तरावर खुणा करणे अपेक्षित असते.

काही वेळा प्रश्न विचारताना 'तुम्ही मागच्या आठवड्यात बसने किती वेळा प्रवास केला आहे', अशा उत्तरात नियमितपणे बसने नोकरी, व्यवसाय, शिक्षण यासाठी जाणारी व्यक्ती तसे उत्तर देईल.परंतु तसे नसणारी व्यक्ती उत्तर किंवा प्रतिसाद देताना आपल्याला नेमकी काय माहिती हवी आहे हे बघावे. उदा. आठवड्यातून एकदा साधारणपणे प्रवास होत असेल हे हवे आहे की विशिष्टपणे मागच्याच आठवड्यावर आपला रोख आहे.

व्यावसायिक संशोधन करताना प्रश्नपत्रिकेचा आकार सुटसुटीत, भरण्यासाठी सोपा असाच ठेवावा लागतो. प्रश्नांची संख्याही मर्यादित असावी लागते कारण प्रतिसादक जास्त वेळ देण्यास उत्सुक नसतो. अशावेळी मिळणारी उत्तरेही केवळ उपचार म्हणून मिळतात. त्यामुळे नेमके प्रश्न विचारणे प्रश्नपत्रिका तशाच प्रकारे तयार करणे गरजेचे असते.

o   o   o

केस स्टडी या पद्धतीने अभ्यास करताना प्रश्नपत्रिका जरी तयार केली असली तरीही त्या त्या व्यक्तीकडून जशी उत्तरे येतील त्यातून अधिक माहिती घेण्यासाठी ऐन

वेळेसही प्रश्न विचारावे लागतात.

काही माहिती नावासकट प्रसिद्ध होऊ नये अशी इच्छा असेल तर अशा व्यक्ती नाव न सांगण्याच्या अटीवर माहिती देतात. अशावेळी नावाशिवाय इतर माहिती विचारून टिपून ठेवणे आवश्यक असते.

०   ०   ०

प्रकाशित साहित्यावरून संशोधन करताना संशोधनाची उद्दिष्टे (objectives) जी असतील त्यानुसार प्रश्न काढून त्याला अनुसरून माहिती मिळविता येते.

पूर्वपाहणी (Pilot Study) –

माहिती गोळा करायला (Data Collection) सुरुवात करण्यापूर्वी तयार केलेल्या प्रश्नपत्रिकेची पूर्व पाहणी किंवा पूर्व चाचणी करणे आवश्यक असते. त्यामुळे अनेक बाबी सूक्ष्मपणे लक्षात येतात. उदा. एखाद्या प्रश्नाची शब्दरचना चुकीची झाली आहे, प्रश्न विचारतांना तो समजावून सांगण्याची गरज वाटते, प्रश्नावर प्रतिसादकाकडून खूप प्रश्न विचारले जातात, कोणत्या प्रश्नाचे उत्तरातून जुजबी माहिती मिळते.

प्रश्नपत्रिका पूर्ण करायला किती वेळ लागतो. उत्तरे देतांना प्रतिसादक कंटाळतो का, कोणत्या प्रश्नाचे उत्तर द्यायला जास्त वेळ लागतो किंवा विचार करावा लागतो. कोणत्या प्रश्नाची उत्तरे एकसारखीच मिळतात तो प्रश्न गाळला तरी चालेल का, प्रतिसादक स्वत:च प्रश्नपत्रिका भरणे पसंत करतो का, प्रश्नपत्रिकेची रचना बदलणे आवश्यक आहे का, बदल करायचा झाल्यास नेमकी कशा प्रकारे रचना हवी याची कल्पना येते.

अगदी प्रश्नपत्रिका आकाराने जास्त लांब आहे, लिहितांना त्रास होतो का, एखाद्या प्रश्नाचे उत्तर लिहिण्यासाठी जागा कमी पडते का हेही समजते. बरेचदा असा अनुभव येतो की प्रश्नपत्रिकेच्या सुरुवातीलाच जर वैयक्तिक माहिती विचारली असेल व प्रश्नपत्रिका तिथून भरायला सुरुवात केली तर माहिती मिळायला त्रास होतो. त्यामुळे हा विभाग शेवटी ठेवला तर तोपर्यंत प्रतिसादकाशी परिचय थोडा वाढल्याने ही माहिती मिळायला त्रास होत नाही.

ज्या प्रश्नांचे पर्याय किंवा उत्तरे आधीच कोड नंबर देऊन दिली आहेत, त्यापेक्षा फार वेगळी उत्तरे येतायत का की 'इतर' हा जो पर्याय आहे तेच बहुतेकांचे उत्तर आहे का हेही स्पष्ट कळते.

यावरून प्रश्नपत्रिकेत अधिक अचूकता येते.

सर्वेक्षक प्रशिक्षण –

यानंतर प्रत्यक्ष माहिती गोळा करणे (Data Collection)च्या कामाला सुरुवात करता येते. त्यापूर्वी एम.फिल., पीएच.डी. च्या साठी असो किंवा व्यावसायिक संशोधनप्रकल्पासाठी माहिती गोळा करायची असो. जास्तीत जास्त लोकांकडून माहिती घ्यायची असल्यास क्षेत्रीय सर्वेक्षक (field investigators) नेमावे लागतात, त्यामुळे काम लवकर पूर्ण करता येते. यासाठी क्षेत्रीय सर्वेक्षकांना चांगल्या गुणवत्तेची माहिती मिळते.

प्रशिक्षण देतांना प्रकल्पाचा विषय, हेतू, उद्दिष्टे सांगून प्रत्येक प्रश्नाचा अर्थ समजावून सांगणे गरजेचे असते. प्रतिसादकाचा पत्ता लिहितांना जवळच्या खुणेसकट लिहून ठेवायला सांगावा लागतो. संशोधनाचा जो गाभा आहे त्याबद्दल अधिकाधिक चर्चा करून क्षेत्रीय सर्वेक्षकांच्या सर्व शंकांचे निरसन करणे आवश्यक असते.

प्रश्न विचारतांना जो जसा प्रश्नपत्रिकेत आहे तशाच प्रकारे विचारावा लागतो. शब्द पुढे मागे झाले तरी त्याचे अर्थ बदलतात. प्रश्नाच्या उत्तराचे जर पर्याय असतील तर ते प्रतिसादकाला प्रश्न वाचून दाखवल्यावर लगेचच सांगणे गरजेचे असते.

काही वेळा प्रश्न अगदी वैयक्तिक असतील व प्रतिसादकाला माहिती देतांना संकोच वाटेल अशी शंका सर्वेक्षकांना असल्यास असे प्रश्न कशा खुबीने विचारले जावेत हे सांगावे लागते.

पाहणी जेव्हा शहरातल्या वेगवेगळ्या भागांची करायची असते किंवा गावाची करायची असते तेव्हा गावाचे नाव कशा पद्धतीने लिहायचे, फक्त आद्याक्षरे की संपूर्ण नाव, जिल्ह्यासकट लिहायचे का, इतके तपशीलाने ट्रेनिंग द्यावे लागते ज्यातून पुढचे घोटाळे टाळता येतात.

प्रशिक्षण देणाऱ्या व्यक्तीनेही प्रश्नपत्रिकेचा संपूर्ण अभ्यास करावा लागतो. तरच प्रशिक्षण चांगले देता येते.

त्याचप्रमाणे सर्वेक्षकाला, प्रतिसादक प्रश्नांची उत्तरे द्यायच्या आधी हे काम कशासाठी करायचे, का करायचे, त्याचा उपयोग काय, असे प्रश्न विचारत असतात. त्याची उत्तरे जर देता आली नाहीत तर सर्वेक्षकाला योग्य प्रतिसाद मिळत नाही. कारण त्याचा आत्मविश्वास खच्ची होतो. समोरच्या व्यक्तीला, प्रतिसादकाला या माहितीचा नेमका काय उपयोग केला जाणार आहे याची खात्री वाटत नाही व अशा परिस्थितीत जे प्रतिसाद, उत्तरे मिळतात, माहिती मिळते तिच्या खरेपणाविषयी शंका निर्माण होते.

प्रत्यक्ष पाहणी –

संशोधनासाठी निवडलेल्या पद्धतीनुसार व सिद्धान्तावर आधारित व प्रश्नपत्रिका, निरीक्षणसूची इ. तयार झाल्यावर प्रत्यक्ष पाहणीचे काम सुरू होते. क्षेत्रीय पाहणी करतांना मनात पूर्वग्रह न ठेवून करावी लागते. ज्यातून अचूक चित्र समोर उभे राहते.

क्षेत्रीय सर्वेक्षकाने फार काळजीपूर्वक काम करणे आवश्यक असते. प्रश्नाचा हेतू स्पष्ट करतांना उत्तर सांगून टाकले तर प्रतिसादकाला आपल्याकडूनही अशाच उत्तराची अपेक्षा आहे असे समजून प्रतिसादक तेच उत्तर देतो. उदा. गाडीला माइलेज किती मिळते असा प्रश्न असेल तर तो तसाच विचारला गेला पाहिजे व त्याचे प्रतिसादक जे उत्तर देईल ते नोंदवले जावे. यात ४० की ४५ माइलेज मिळते असे विचारले जरी गेले तरी सर्वांकडून तशीच उत्तरे मिळत जातात. याची काळजी घ्यावी लागते.

कुटुंबाच्या मालकीची शेतजमीन किती आहे हे लिहितांना नुसता आकडा लिहिला जातो. जमीन एकर, हेक्टर, गुंठे, आर यापैकी काय आहे ते लिहावे लागते.

आणखी एका गोष्टीची दक्षता आवर्जून घ्यावी लागते. खूण करतांना जे आहे त्यावर खूण करणार की नको असलेले उत्तर खोडून टाकणार यासाठी सर्व सर्वेक्षकांनी एकच पद्धत अमलात आणणे गरजेचे असते नाहीतर त्यामुळे माहितीत घोटाळे होतात. उत्तरावर खूण करतानाही – होय / नाही अशा प्रकारे खूण केली जाऊ नये. यातही स्पष्टता दिसत नाही.

प्रतिसादाकाच्या उत्तरातून एखादा मुद्दा स्पष्ट झाला नसेल तर तो स्पष्ट होईपर्यंत विचारावे लागते. अनुसूचीतून योग्य उत्तरावर खूण करायची असली तरीही त्यापेक्षा अधिक माहिती जर प्रतिसादकाने दिली तर ती लिहून घेतली जावी. कारण त्यामुळे उत्तरास अधिक पुष्टी मिळते, दिलेल्या उत्तरामागे काय कारण आहे कळते. संशोधनप्रबंध, अहवाल लिहितांना याचा उपयोग होतो.

माहिती कुटुंबातील कोणत्याही व्यक्तीने दिली तरी चालेल की कुटुंबप्रमुखानेच द्यायची हे नक्की केलेले असावे कारण काही माहिती कुटुंबप्रमुखच योग्य प्रकारे देऊ शकतो. परंतु असे असल्यास इतर माहिती आधी मिळवून कुटुंबप्रमुखाकडून घ्यायची माहिती नंतर मिळविता येते. ते वेळेच्या दृष्टीने सोयीचे असते.

बहुतेक सर्व अभ्यासांत उदा. शिक्षण, आरोग्य, व्यवसाय, कौटुंबिक पार्श्वभूमी माहिती असणे गरजेचे असते. कारण त्यावरूनही काही निष्कर्ष ठामपणे मांडले जातात, मांडता येतात. तुलना करता येते. त्यामुळे ही माहिती अचूक मिळवावी लागते.

गटचर्चा –

संशोधनपद्धतीत गटचर्चेचे उद्देश ठरवले तर ती नेमकी कशासाठी हेही ठरवले गेले असेल. उदा. एखाद्या भागातील समस्या कोणत्या हे जाणून घेण्यासाठी मुलाखतीद्वारे मिळालेली माहिती गटचर्चेद्वारे पुनर्पडताळणी करून आधी मिळालेल्या माहितीची खात्री करून घेता येते. यातही एक गोष्ट लक्षात ठेवावी लागते की सर्वांना बोलण्याची संधी मिळाली पाहिजे. कारण ते मोठ्या गटाचे, लोकसंख्येचे प्रतिनिधी म्हणून बोलावलेले असतात. त्यामुळे त्यात एकाच व्यक्तीने बोलणे व इतरांची केवळ उपस्थिती अशी अपेक्षा नसते. तसेच यामुळे ज्या कारणासाठी गटचर्चा घेतली जाते त्याचा उद्देश साध्य होत नाही.

गटचर्चेत माहिती देतांना ती सर्वांकडे बघूनच दिली गेली पाहिजे. तरच इतरांना त्याविषयी बोलताना रस वाटतो अन्यथा ती एकतर्फी चर्चा होते. काही वेळा या चर्चा अनौपचारिक पद्धतीने कराव्या लागतात. त्यातही सर्वांशी बोलून, संवाद साधून विषयाबाबत किंवा मिळालेल्या माहितीबाबत अधिक सखोल चर्चा करून त्यामागच्या कारणांचा शोध घेता येतो.

या चर्चा चालू असताना त्याच्या नोंदी घेणं हा एक प्रकार असतो तर नुसत्या टेपरेकॉर्डरवर या टेपही करता येतात तर तिसऱ्या प्रकारे म्हणजेच दृक् व श्राव्य अशा दोन्ही प्रकारे 'नोंदी' ठेवता येतात. ज्यातून नंतर अधिक सविस्तरपणे प्रतिसादकांचे म्हणणे कळू शकते.

यासाठी विशिष्ट प्रकारची माहिती अपेक्षित असेल तर प्रश्नावली तयार करून त्या प्रश्नांना धरूनच माहिती विचारून चर्चा त्या दिशेने नेता येते. काही वेळा फिल्म, ट्रान्स्परन्सी दाखवून चर्चा करायची असेल तर सर्वांना व्यवस्थित दिसतंय का, त्यांच्या नजरेच्या टप्प्यात आहे का, फिल्मचा आवाज स्पष्ट आहे ना, बघणाऱ्यांना चर्चेआधी फिल्मबाबत काही टिपणे काढायची आहेत का, याचाही विचार करावा लागतो.

काही वेळा नवी वैद्यकीय सुविधा उपलब्ध करून देण्यासाठी अशी फिल्म दाखवून लोकांच्या शंकांचे निरसन केले जाते अशा वेळीही टिपण काढून त्या विशिष्ट बाबीविषयी शंका विचारता येतात.

गटचर्चेत समाविष्ट केलेल्या प्रत्येक मुद्द्याचे समाधानकारक स्पष्टीकरण मिळेपर्यंत चर्चा करावी लागते.

०   ०   ०

माहिती गोळा करण्यासाठी (Data Collection) प्रामुख्याने या पद्धतींचा वापर केला जात असल्याने त्याविषयी जास्त चर्चा केली आहे.

॰   ॰   ॰

प्रश्नपत्रिका भरून त्या हातात आल्या की त्याची दोन प्रकारे तपासणी करावी लागते. त्या व्यवस्थितपणे भरल्या गेल्या आहेत ना हे एक व दुसरे म्हणजे प्रश्न प्रत्यक्षात जाऊन विचारले गेले आहेत ना.

प्रत्येक प्रश्नपत्रिका काळजीपूर्वक तपासावी लागते. यात –

१. संपूर्ण प्रश्नपत्रिका भरली आहे ना.

२. भरलेली माहिती स्वतःच्या अंदाजाने न भरता प्रतिसादकाला विचारली आहे ना !

यासाठी प्रश्नपत्रिकेची रचना करताना उलटतपासणी (Cross checking) करता येतील असे प्रश्न विचारले जावेत. त्यामुळे तिथल्या तिथे तपासता येते.

३. भरलेल्या माहितीचा अर्थ सर्वेक्षकाला कळला आहे ना, याचीही तपासणी करावी लागते.

कौटुंबिक माहितीत एखाद्या घराचे वर्णन, नातेसंबंधाविषयी काही माहिती, वैशिष्ट्ये विचारता येतात. तशीही तपासणी करता येते.

शहरीभागात प्रतिसादकाचा फोन नंबर (दूरभाष क्रमांक) विचारून त्यानुसार तपासणी करता येते. माहिती विचारली का, सर्वेक्षक किती वेळ होता यावरूनही अंदाज येतो परंतु यात एक बाब लक्षात घ्यावी लागते की सर्वेक्षण झाल्यानंतर एक–दोन दिवसातच हे विचारले गेले तर संदर्भ ताजे असतात त्यामुळे त्या तपासणीला अर्थ असतो.

प्रश्नपत्रिका अर्धवट भरली गेली असेल तर त्या कारणांचाही शोध घ्यावा लागतो. काही वेळा विशिष्ट प्रकारची माहितीच एखादा प्रतिसादक देत नाही. त्यातल्या त्यातही आर्थिक माहिती सांगायला प्रतिसादक फारसे उत्सुक नसतात. त्यासाठी खुबीने माहिती विचारावी लागते. प्राथमिक उद्योग व दुय्यम उद्योग दोन्हीचे उत्पन्न विचारावे लागते. यासाठी प्रश्नपत्रिका तपासतांना योग्य काळजी घ्यावी लागते.

नमुनापाहणीसाठी जो गट निवडला गेलाय त्यांनीच प्रश्नपत्रिका भरली आहे ना, हे तपासावे लागते. यात वयोगट, विशिष्ट गाव, भाग, शैक्षणिक पात्रता इ. तपासावे लागते.

॰   ॰   ॰

प्रश्नपत्रिकेतील उत्तरांना कोड नंबर देणे हा या प्रक्रियेतील पुढचा भाग असतो. यात प्रश्नपत्रिका जर बंदिस्त (close ended) असेल तर त्यातील उत्तरांना क्रमांक दिलेले असतातच. त्यामुळे त्या प्रश्नपत्रिकांना फक्त अनुक्रम देणे हे काम असते व 'इतर' या पर्यायात आलेल्या उत्तरांची यादी करणे हे करावे लागते.

याउलट मुक्त (Open ended) प्रश्नपत्रिका असेल तर सर्व उत्तरांची यादी करून त्या प्रत्येकाला कोड नंबर द्यावा लागतो व तो प्रश्नपत्रिकांवरही द्यावा लागतो. यातून माहिती सुटसुटीत होते. कोणत्या उत्तराला किती जणांनी प्रतिसाद दिलाय हे कळते.

तसेच या नंबरची एक मुख्य यादी (Master List) तयार करावी लागते. जिचा उपयोग माहितीचे स्पष्टीकरण देण्यासाठी आवश्यक असतो. हे कोड नंबर देतांनाही अतिशय काळजीपूर्वक द्यावे लागतात. कारण प्रश्नपत्रिका सुटसुटीत व्हावी म्हणून प्रश्न जवळ जवळ असतील तर कोड नंबर मध्ये घोटाळा होण्याची शक्यता असते. एकाने उत्तर वाचणे दुसऱ्याने कोड नंबर सांगणे ही पद्धत योग्य असते कारण त्यामुळे चुका टाळता येतात.

मिळालेली माहिती संगणकावर घालून अहवाल तयार करणार असल्यास त्यातही एकाने माहिती सांगून दुसऱ्याने संगणकात टाकणे सोयीचे असते.

यात आणखी एका प्रकारे म्हणजे तक्ते तयार करून त्यावरून प्रबंध, अहवाल सादर करता येतो. यासाठी एक पर्याय किती जणांनी निवडलाय याची मोजणी करून प्रतिसाद पाहता येतात. –

पर्याय १ ⅢⅢ ⑤ २ |||③ ३ ||||| ललल ललल ४ | ⑩   ①

या मोजणीनंतर माहिती सादरीकरणासाठी टक्केवारी ही सर्वांना समजणारी सोपी पद्धत वापरली जाते. त्यानुसार टक्केवारी काढून एकूण अभ्यासलेल्या नमुन्यांपैकी किती टक्के कोणता पर्याय प्रतिसादकांनी स्वीकारलाय हे कळते.

वरील उदाहरणात एकूण १९ प्रतिसादकांपैकी २६% प्रतिसादकांनी पर्याय १ची निवड केली आहे, १६% नी पर्याय २ ची निवडकेली आहे. ५३% नी पर्याय ३ ची निवड केली आहे तर ५% नी पर्याय ४ची निवड केली आहे. असे वरच्या माहितीवरून दिसते. टक्केवारीत मांडणी केली तर शंभरापैकी किती हे अंदाज करायला, नेमकी कल्पना यायला सोपे जाते.

अशाप्रकारे तक्ते करून ते संगणकावर करता येतात. दुसऱ्या प्रकारे माहिती

संगणकात घालून ज्या प्रकारे ती विश्लेषणासाठी आवश्यक आहे तशी माहिती मिळविली जाते, मिळविता येते.

काही माहिती (संख्याशास्त्रीय माहिती) तील दोन किंवा अधिक घटकांचा परस्परसंबंध (Co-relation) आहे का याचाही शोध घ्यावा लागतो. उदा. स्वतःचे घर असणे व ज्या ठिकाणी रहात असाल तिथे किती वर्ष राहता याचा परस्परसंबंध आहे का, यामधूनही माहितीचे स्पष्टीकरण देता येते.

हाती आलेल्या संख्याशास्त्रीय माहितीत काही माहिती आलेखाच्या रूपाने सादर करणे जास्त योग्य ठरते कारण त्यामुळे दृष्टिक्षेपात परिस्थितीची कल्पना येते.

तक्ते करतांना त्याला योग्य असे शीर्षक, तक्त्याचा क्रमांक इ. व्यवस्थित द्यावे लागतात. त्यातील माहितीसाठी काही आद्याक्षरे (Short form) वापरले असतील तर त्याचे स्पष्टीकरण तक्त्याखाली द्यावे लागते. तसेच आकडेवारीतही जागेच्या सोयीसाठी ०१-१०० अशा प्रकारे माहिती सादर केली गेली असेल तर तेही स्पष्ट करावे लागते.

०   ०   ०

व्यावसायिक त्यातही बाजारपेठेची पाहणी (Market Survey) करतांना आधीच कोड दिलेली (pre-coded) प्रश्नपत्रिका सोयीची ठरते. कारण त्यामुळे कमी वेळात माहितीचे विश्लेषण व अहवाल तयार करता येतो.

अशा पाहणीसाठीही अगोदर केलेले अभ्यास पाहून त्यावरून विषयाची जाण, ज्ञान मिळत असते.

❑

संशोधन अहवाल प्रबंध लेखन

संशोधनप्रक्रियेतील अखेरचा व सर्वात महत्त्वाचा टप्पा. प्रबंधलेखनाशिवाय संशोधनाचे काम पूर्ण होऊ शकत नाही. संशोधनअहवाल कथा असावा याचे विद्यापीठाचे काही नियम आहेत.

प्रबंधामध्ये कशा कशाचा समावेश असतो तर प्रस्तावना, संशोधनसमस्येची मांडणी, संशोधनाचा हेतू, हा अभ्यास कोठे केला गेला, या अभ्यासासाठी संशोधनपद्धती कोणती निवडली होती, अभ्यास करताना नमुना (Sample) कोण होते, त्याची निवड कशी केली, संशोधनातून कोणते निष्कर्ष निघाले, या अभ्यासासाठी अध्ययन केलेल्या पुस्तकांची सूची इ. संशोधनअहवाल किंवा प्रबंध हे संशोधकाने केलेल्या कामाचे दृश्य फलित असते. ही संशोधकाची स्व-निर्मिती असते.

असे संशोधनप्रबंध इतर संशोधकांना उपयोगी पडतात. संशोधनासाठी निवडलेल्या विषयात वस्तुस्थिती काय आहे ते कळते. पद्धतशीर संशोधनातून पुढे आलेली माहिती धोरणे ठरविण्यासाठीही उपयुक्त होऊ शकते.

संशोधन अहवाल तयार होईपर्यंत संशोधनकार्य अपुरे असते. अहवाल, प्रबंध लेखनाचे काम अतिशय काळजीपूर्वक करावे लागते. संशोधन अहवाल तयार करताना कच्चा अहवाल आधी तयार करून मगच पक्का अहवाल तयार करणे चांगले असते.

यात संदर्भसूचीही कच्ची तयार करून घ्यावी.

संशोधन अहवाल कंटाळवाणा, रटाळ असू नये. तो केवळ अभ्यासूनाच नाही तर सामान्य वाचकांनाही वाचायला आवडेल असा असावा. त्याची भाषाही सहज सर्वांना समजेल अशी असावी.

सुरुवातीला शीर्षकाचे पानानंतर हा अभ्यास स्वतंत्र असल्याचे प्रतिज्ञापत्र, कृतज्ञता इ. मजकूर असावा लागतो. मार्गदर्शकांचे संमतिपत्रही याच पानांमध्ये जोडावे लागते. एम्.फिल्.साठी लिहाव्या लागणाऱ्या प्रबंधाचे स्वरूपही असेच असते.

प्रबंधाची रचना करताना किती प्रकरणे असावीत याचा आराखडा आधीच तयार केलेला असला की प्रबंध कसा असेल याची कल्पना येते.

प्रबंधाची सुरुवात अर्थातच शीर्षकापासून (Title) होते ते शीर्षक शक्यतो थोडके, सुटसुटीत व केलेल्या अभ्यासाची कल्पना देणारे असावे.शीर्षक प्रबंधातील प्रकरणांची कल्पना देणारे असावे. शीर्षक मोठ्या अक्षरात ठळकपणे दिसणारे असावे. त्यापुढे अनुक्रमणिका, तक्त्यांची यादी, नकाशे असतील त्यांची यादी, आलेख यांची यादी देणे ही यादी जरी प्रबंधाच्या सुरुवातीला लावली जात असली तरी हे काम सर्वांत शेवटी करावे लागते.ज्यातून पानांचे नंबर घालता येतात.

प्रस्तावना –

यानंतरचे पहिले प्रकरण हे प्रस्तावनेचे असते. ज्यात संशोधन विषयाचे महत्त्व, शीर्षकात उल्लेख केलेल्यापैकी संकल्पनांचे अर्थ स्पष्ट केलेले असतात. या प्रकरणांच्या रचनांमधून पूर्ण संशोधन अभ्यास उलगडला जातो. यात संशोधन कशासाठी हे सांगितले जाते.

उदा. Role of NGOS in Empomerment of Women (with special reference to Haveli Taluka)

या विषयावरील संशोधनात पहिल्या प्रकरणात अर्थातच परिचय, सबलीकरणाची संकल्पना, सबलीकरणाची गरज, महिलांचा सामाजिक दर्जा वेदकाळापासून आधुनिक काळापर्यंत, कृषि समाजात असलेला दर्जा, माध्यमांद्वारा सामाजिक दर्जात झालेली सुधारणा, शिक्षण, कायदेशीर संरक्षण व शासकीय प्रयत्न यांच्याद्वारे संपादन केलेला सामाजिक दर्जा. स्वयंसेवी संस्थांचा उदय, स्वयंसेवी संस्थांची उद्दिष्टे व भूमिका इ. चा समावेश होईल. यावरून एक लक्षात येते की शीर्षकामध्ये असलेल्या सर्व संकल्पना यामध्ये स्पष्ट केल्या आहेत. व त्यानंतरचा भाग म्हणजे

संदर्भ ग्रंथांची सूची. पहिल्या प्रकरणामध्ये ज्या ज्या ग्रंथांतील संदर्भ घेतले आहेत त्या ग्रंथ, लेखक, प्रकाशक यांच्या नावाची सूची.

ही करताना ज्या ग्रंथातील, लेखातील संदर्भ पहिल्यांदा घेतला आहे त्यापासून सुरुवात करावी लागते.

या प्रकरणातून वाचकांना संशोधनाविषयी, केलेल्या कामाविषयी कल्पना येते. संशोधनासाठी निवडलेल्या समस्येची व्याप्ती लक्षात येते, निवडलेल्या समस्येचे महत्त्व लक्षात येते.

टप्प्या टप्प्याने संशोधनाचे स्वरूप स्पष्ट करायचे असल्याने यानंतरचा भाग म्हणजे संशोधन पद्धती.

संशोधनासाठी निवडलेल्या विषयाचा हेतू लक्षात येतो व हेतू पूर्ण करण्यासाठी कशाप्रकारे, कशा पद्धतीने अभ्यास केला हा भाग अर्थातच संशोधनपद्धतीत येतो.

संशोधनपद्धती –

या प्रकरणात काय असणार आहे याचे थोडे प्रास्ताविक सुरुवातीला असणे आवश्यक आहे. त्यानंतर सबलीकरणाची संकल्पना, सबलीकरणाची गरज का आहे, आत्तापर्यंत केलेल्या प्रयत्नांनी काय साध्य झाले याचा आढावा. बचत गटाची संकल्पना, समस्येची मांडणी, याच विषयावर (सबलीकरण) यापूर्वी प्रकाशित झालेल्या ग्रंथांचा, संशोधन कामाचा आढावा, या अभ्यासाचे महत्त्व, त्याचा हेतू व उद्दिष्टे, संशोधनाचे गृहीतक (Hypothesis), सदर अभ्यासाची व्याप्ती, अभ्यासाच्या मर्यादा व प्रकरणांची रचना याचा समावेश या प्रकरणात होतो.

संशोधनपद्धती विषयी लिहितांना अतिशय तपशिलाने लिहिणे गरजेचे असते. यात माहिती ज्या पद्धतीने (प्रश्नपत्रिका, मुलाखत) गोळा केली असेल त्या प्रश्नपत्रिकेत कोणत्या घटकांचा व का समावेश केला आहे याचा उल्लेख असावा लागतो. यासाठी वापरलेली प्रश्नपत्रिका प्रबंधाच्या परिशिष्टात जोडावी. ज्या गावांची निवड केली असेल त्यांचा नकाशाही जोडावा.

प्रश्नपत्रिकेची रचना कशी केली, या अभ्यासासाठी नमुना (Sample) कोण होते त्यांची निवड कशा प्रकारे केली. त्यासाठी काय निकष लावले. निवडलेला नमुना तेवढाच का निवडला. याचे स्पष्टीकरण द्यावे लागते. क्षेत्रीय काम कुठे केले त्या भागातील परिस्थिती तसेच संख्याशास्त्रीय तंत्रे कोणती वापरली याचा समावेश करावा लागतो.

अभ्यासासाठी दुय्यम माहिती (Secondary Data) कुठून गोळा केली त्या ग्रंथालयांची नावे समाविष्ट असावी लागतात. या अभ्यासाचे फलित काय असेल, यातून काय मिळेल हेही नमूद करावे लागते.

या अभ्यासाच्या प्रकाशित साहित्याची संदर्भसूची करताना अतिशय काळजीपूर्वक करावी लागते. तसेच याच विषयावरील अभ्यासाचा आढावा घेताना या साहित्यातून नेमका काय बोध झाला. केलेले अभ्यास कशासंबंधी आहेत प्रस्तुत अभ्यास व केलेले अभ्यास यात काय फरक आहे. यात केलेला अभ्यास कोणत्या भागाचा आहे व संशोधक करणार असलेला अभ्यास कोणत्या भागाचा आहे यांतला फरक कळतो.

पुस्तकांची संदर्भसूची देतांना ती एका विशिष्ट पद्धतीनेच दिली गेली पाहिजे यासाठी काही नियम आहेत. ते पुढीलप्रमाणे –

पुस्तक व माहितीपत्रक यांच्याविषयी लिहितांना

१) लेखकाचे नाव, त्यात आडनाव प्रथम

२) पुस्तकाचे शीर्षक ते इटॅलिक मध्ये टाइप करून अधोरेखित (Underline) करणे.

३) ठिकाण, प्रकाशक व प्रकाशनाचा दिनांक

४) किती भाग आहेत ते

उदा.   Desai, Ms. Neera "Women and Society in India"
            New Delhi Ajanta Publication 1987

मासिके, वर्तमानपत्रे यांच्यातील संदर्भांची सूची करताना

१) लेखकाचे नाव, त्यात आडनाव व प्रथम

२) लेखाचे नाव (अवतरणात)

३) मासिक वर्तमानपत्राचे नाव, इटॅलिकमध्ये व अधोरेखित

४) मासिकाच्या भागाचा नंबर (Volume)

५) प्रकाशनाची तारीख

६) पान क्रमांक

अशा प्रकारे लिहिल्यास त्यावरून संदर्भांविषयी लगेच कळते. यापेक्षा वेगळ्या पद्धतीने जरी सूची केली तरी ती सर्वत्र एकसारखीच असायली हवी हे लक्षात घ्यायला हवे.

०   ०   ०

विषयाचा गाभा –

यापुढील प्रकरणात निवडलेल्या विषयासंबंधी, विषयाच्या मुख्य संकल्पनेविषयी अधिक चर्चा करता येते. उदा. तिसऱ्या प्रकरणात सुरुवातीला प्रकरणात काय असणार आहे याची ओळख, परिचय या प्रकरणात ज्या सिद्धान्ताने (Theory) हा अभ्यास करणार त्याबद्दल मांडणी. सबलीकरणाची संकल्पना, स्त्रियांच्या दर्जा व भूमिकेचा सिद्धान्त, सबलीकरणाची गरज, स्त्रियांचा पूर्वीचा दर्जा व आत्ताचा दर्जा यांमध्ये विविध घटकांचे योगदान (वैदिक काळ, ब्रिटिश काळ, स्वातंत्र्य चळवळ इ.) विविध समाजामध्ये स्त्रियांचा दर्जा (आदिवासी, ग्रामीण, औद्योगिक, आधुनिक) विविध माध्यमांमध्ये दर्जा, सबलीकरणात विविध घटकांचे योगदान (अतिशय तपशीलवार), स्वयंसेवी संस्थांची त्यात भूमिका (उगम, भूमिका, हेतू, राज्यातल्या स्वयंसेवी संस्था, शहरातल्या संस्था, बचत गट (त्याची कार्ये) यातून अभ्यासाविषयी अधिक तपशिलाने कल्पना येते.

संशोधनात भरपूर वाचन करून त्याचा स्वतःच्या संशोधनासाठी उपयोग करून घेणे, स्वतः निवडलेला विषय अधिक जाणून घेणे अपेक्षित असते.

क्षेत्र (Area) – आतापर्यंतच्या मजकुरावरून निवडलेला विषय त्यात अंतर्भूत असलेल्या संकल्पना, पार्श्वभूमी याची कल्पना आल्यावर पुढचा आवश्यक भाग असतो तो निवडलेल्या अभ्यासक्षेत्रा (Area Selected for the Study) विषयी माहिती देणे. यामध्येही सुरुवातीला प्रकरणात काय असेल याचा परिचय, निवडलेल्या तालुक्यातील भौगोलिक, सामाजिक–आर्थिक वैशिष्ट्ये (लोकसंख्या, साक्षरता, वेगवेगळ्या कामांत असलेल्यांची मजूर, शेतकरी इ. ची संख्या), अभ्यासासाठी निवडलेल्या संस्थांविषयी (स्थापना, कोणत्या भागात काम करतात, त्यांचे हेतू, उद्देश, संस्थेचे स्वरूप, आर्थिक बाजू, कामे, काय साध्य झाले, भविष्यकालीन योजना इ. माहिती) यातून मूळ विषयाच्या अधिक जवळ जाण्यासाठी मदत होते. संस्थेचे स्वरूप लिहिताना काम करणाऱ्या एकूण व्यक्ती, त्यांची संस्थेतील स्थाने, व्यवस्थापन इ. माहिती असणे आवश्यक आहे.

o   o   o

माहितीची मांडणी (Data Presentation)

संशोधनप्रबंधातील अत्यंत महत्वाचा भाग. क्षेत्रीय पाहणीतून समोर आलेली माहिती तक्ते, आलेख यांच्या रूपाने मांडली जावी लागते. ही मांडणी संख्याशास्त्रीय स्वरूपात, आकडेवारीच्या रूपात असावी लागते. यामधील कोणती माहिती सादर

केली जावी व कोणती नाही याचा निर्णय संशोधकाला मार्गदर्शकाच्या मदतीने घ्यावा लागतो. माहितीची मांडणी करताना त्यात तर्कशुद्धता असावी लागते. उदा. एखाद्या व्यक्तीचे किंवा समूहाचे मत मांडतांना ते एकदम मांडता येत नाही त्यात त्या समूहातील व्यक्ती कुठे रहाणाऱ्या, कुटुंबाची पार्श्वभूमी काय, त्यांची वैयक्तिक माहिती काय आहे (शिक्षण, उत्पन्न, वय इ.) यावरून त्यांचे मत नेमके तसे का आहे याचा अंदाज बांधता येतो.

संस्थेने घेतलेल्या वेगवेगळ्या कार्यक्रमांना महिलांनी प्रतिसाद कसा दिला याविषयीची आकडेवारी व त्या आकडेवारीचा अर्थ काय हे यात असावे लागते. पुढे याविषयीचे एक उदाहरण आहे. ज्यात प्राथमिक स्रोत (क्षेत्रीय काम) दुय्यम स्रोत (प्रकाशित माहिती) यावर आधारित तक्ते दिले आहेत, ज्यातून तक्त्यांची मांडणी कशी असावी याविषयी कल्पना येईल.

तक्त्यांची मांडणी करण्यापूर्वी प्रतिसाद मोजून पुन्हा पुन्हा तपासून आकडेवारी-विषयी खात्री करून घ्यावी. कारण खूप तक्ते अहवालात असतात व त्याचे प्रतिसाद चुकून इकडचे तिकडे होण्याची शक्यता असते. त्यामुळे कच्चे प्रतिसाद मोजतानाही, प्रश्न काय आहे, त्याचा क्रमांक, तो ज्या विभागातला आहे त्याचा क्रमांक, कोणते पर्याय दिले होते ते लिहिणे केवळ १, २, ३ अशा स्वरूपात कधीही लिहू नये. प्रतिसाद मोजल्यानंतर त्यात शंका वाटली तर पुन्हा तपासून खात्री करावी.कारण प्रतिसादांमध्ये (आकड्यांमध्ये) खूप तफावत असेल तर कमी का, जास्त का याचे स्पष्टीकरण द्यावे लागते. असे तक्ते करण्यासाठीही एकसारख्या आकाराचे कागद घ्यावे लागतात. झालेले तक्ते फाइलमध्ये लावतात विभागानुसार वेगळे लावून विभाजक घालावा. प्रश्नपत्रिकेत काही प्रश्न पडताळणीसाठी (Cross Checking) विचारलेले असतात ती माहिती अवश्य तपासून पहावी म्हणजे मिळालेला प्रतिसाद बरोबर आहे का ते कळते.

तक्ता क्र.४.३ हवेली तालुक्यातील लोकसंख्येची व्यवसायानुसार विभागणी

अनु–क्रम	तपशील	हवेली तालुका		
		ग्रामीण	नागरी	एकूण
१	शेतकरी %	४६७१६	४७४५	५१४६१
	%	९०.७८	९.२२	१००.००
२	शेतमजूर	३११८९	४९७४	३६१६३
	%	८६.२४	१३.७६	१००.००
३	गृहउद्योगातील व्यक्ती	२६२२	४१९९	६८२१
	%	३८.४४	६१.५६	१००.००
४	इतर कामगार	६३३६९	२२७८७२	२९१२४१
	%	२३.३३	७६.६७	१००.००
५	सीमांतिक	११३७४	६०१७	१७३९१
	%	६५.४०	३४.६०	१००.००
	एकूण काम करणारे	१६१२७०	२४७८०७	४०९०७७
	%	३९.२३	६०.७७	१००.००
	काम न करणारे	२२५८८०	५१९०६७	७४४९४७
	%	३०.३२	६९.६८	१००.००
	एकूण लोकसंख्या	३८७१५०	७६६८७४	११५४०२४
	%	३३.५४	६६.४६	१००

संदर्भ : रिव्ह्यू ऑफ डायरेक्टरेट ऑफ स्टॅटिस्टिक्स ॲण्ड इकॉनॉमिक्स पुणे डिस्ट्रिक्ट २००३–२००४

तक्ता क्र.५.१ महिन्याच्या बैठकीत कोणत्या विषयावर चर्चा होते.

अनु क्रम	विषय	संस्था क्रम.१		संस्था क्रम.२		प्रति-सादक	एकूण %
		प्रतिसादकांची संख्या	%	प्रतिसादकांची संख्या	%		
१	प्रार्थना, गाणी	५६	५६.००	८९	८९.००	१४५	७२.५०
२	गावाचे प्रश्न	२४	२४.००	२२	२२.००	४६	२३.००
३	बचत व कर्ज	२४	२४.००	६१	६१.००	८५	४२.५०
४	स्वयंरोजगार	१६	१६.००	३	३.००	१९	९.५०
५	स्त्रियांचे प्रश्न	१४	१४.००	३	३.००	१७	८.५०
६	आरोग्याचे प्रश्न	१३	१३.००	३	३.००	१६	८.००
७	कार्यक्रमाची माहिती	३८	३८.००	३२	३२.००	३२	१६.००
८	स्व-परिचय	-	-	३	३.००	३	१.५०
९	कौटुंबिक प्रश्न	-	-	७	७.००	७	३.५०

टीप : प्रतिसादकांनी एकापेक्षा जास्त पर्याय निवडल्याने बेरीज शंभर येणार नाही.

आधार : क्षेत्रीय काम

वरील तक्ता अतिशय स्वयंस्पष्ट आहे कारण त्याचे शीर्षक, प्रत्येक रकान्याचे शीर्षक बोलके आहे. याअगोदरचा तक्ताही कशाविषयी माहिती देणारा आहे ते स्पष्ट कळते.

अशा तक्त्यांच्या माहितीचे स्पष्टीकरण प्रत्येक पर्यायाच्या तपशिलाने द्यावे लागते. तरीही तक्ता नं.५.१ मध्ये महिन्याच्या मीटिंगमध्ये चर्चा केल्या जाणाच्या विषयात संस्था क्र. १ मधील १६% महिला स्वयंरोजगाराविषयी चर्चा करतात

परंतु संस्था क्र. २ मधील ३% महिलाच याविषयी चर्चा करतात असे ठळकपणे जाणवते याचा उल्लेख करावा लागतो. गोळा केलेल्या माहितीचे स्पष्टीकरण देताना ते कायम टक्केवारीत दिले जावे म्हणजे कळायला सोपे असते.

तक्ता क्र ५.१ मध्ये प्रतिसादकांनी एकापेक्षा जास्त प्रतिसाद दिल्याने बेरीज शंभर येणार नाही परंतु हे स्पष्टपणे लिहायला हवे. गावाशी संबंधित प्रश्नाची चर्चा दोन्ही संस्थांमधील महिला जवळपास सारख्याच प्रमाणात करतात. यात चर्चेचे विषय, गावातले प्रश्न कोणते आहेत असे त्यांना वाटते, जाणवते ते मांडावे लागतात. आरोग्यविषयक प्रश्नांमध्ये स्वच्छता, लसीकरण, स्वच्छतागृहे याविषयी त्या चर्चा करतात. हे येणेही आवश्यक असते. महिलांनी स्व-परिचय करून देणे, स्वतःला ओळख (Identity) आहे याची जाणीव ठेवणे हे सबलीकरणाकडे टाकलेले एक पाऊल आहे त्यामुळे याचा उल्लेखही आवर्जून यायलाच हवा.

अशा प्रकारे मिळालेली माहिती समजून घेऊन, तार्किकदृष्ट्या त्याचा विचार करून मांडणी व स्पष्टीकरण द्यावे लागते.

तक्ता क्र. ५.६२ ग्रामपंचायतीने राबवलेल्या योजनांमध्ये महिलांचा सहभाग
(ग्रामपंचायतीने राबवलेल्या योजनांमध्ये सहभागी झालेल्या महिलांशी टक्केवारी)

अनु-क्रम	ग्रामपंचायती-च्या योजनेत सहभाग	संस्था क्रम.१		संस्था क्रम.२			
		प्रतिसादक	%	प्रतिसादक	%	एकूण प्रति-सादक	%
१	पाण्याचा प्रश्न	९	४१.००	४	२३.००	१३	३२.००
२	समाजमंदिर	७	३२.००	–	–	७	१६.००
३	दारिद्र्यरेषे–खालील कुटुंबाला फायदा दिला	२	९.००	–	–	२	४.५०
४	कायद्याविषयी जागरूकतेच्या कार्यशाळेत सहभाग	२	९.००	–	–	२	४.५०
५	सार्वजनिक स्वच्छतागृहे	१	५.००	–	–	१	२.५०
६	स्मशानासाठी जागेची मागणी	१	५.००	–	–	१	२.५०
७	रस्त्यासाठी जागा	–	–	४	२३.००	४	११.५०
८	पंचायत सदस्य म्हणून सहभाग	–	–	१	६.००	१	३.००
९	तळे स्वच्छ करण्या-साठी महिला पंचायतीत जाऊन भेटल्या	–	–	१	६.००	१	३.००
	एकूण	२२	१००.००	१७	१००.००	३९	१००.००

संदर्भ : क्षेत्रीय काम

या तक्त्यामध्ये टक्केवारी शंभर झालेली असली तरी ती कशावरून काढली आहे हे स्पष्ट असायला हवे. दुसरी महत्त्वाची गोष्ट म्हणजे यात जसा प्रतिसाद दिलाय तसाच तो तक्यात मांडला गेला आहे. कारण यात जर काही बदल केले गेले तर उत्तराचे अर्थ बदलतात. त्यामुळे शब्दातही बदल करू नये. या तक्त्यातही स्त्रियांचा या कामातला सहभाग घेणे ही गोष्टच फार महत्वाची आहे अशा दृष्टिकोनातून विचार करून मांडली आहे कारण संशोधनाचा विषय महिला सबलीकरण आहे.

सबलीकरण हे वेगवेगळ्या कार्यातून, कामातून (Activity) प्रतीत होत असते. या व अशा गोष्टींचा संशोधकाने विचार करावा लागतो.

अशा प्रकारे गोळा केलेली सर्व माहिती जी संशोधनाचा कणा आहे ती आकडेवारी, स्पष्टीकरणासकट सादर करावी लागते.

प्रस्तुत विषय हा समाजशास्त्रीय संशोधनाशी निगडित असल्याने त्या दृष्टीने त्याची मांडणी व विचार केला आहे परंतु अशा प्रकारेच इतर शास्त्रांमधील माहितीची मांडणीही करता येते.

o   o   o

निष्कर्ष व सूचना –

या प्रकरणामध्ये केलेया संशोधनाचे संपूर्ण सार येणे आवश्यक आहे. पार्श्वभूमी, संकल्पना, संशोधनपद्धती इ. यांतल्या दुसऱ्या भागामध्ये क्षेत्रीय पाहणीत नोंदविलेली निरीक्षणे यायला पाहिजेत, जी टक्केवारीच्या रूपाने शब्दात यायला पाहिजेत. यामधेही विचारल्या गेलेल्या सर्व प्रश्नांचा उल्लेख यायला पाहिजे. या वाचनावरूनही केलेला अभ्यास काय आहे हे कळायला पाहिजे इतकी स्पष्टता हवी. पाहणीवरून काय निष्कर्ष निघाले ते यात मांडायला पाहिजेत. व त्या आधारे अमलात आणण्याजोग्या सूचना दिल्या जाव्या लागतात.

समस्येच्या कोणत्या पैलूवर प्रकाश टाकला गेला पाहिजे, कोणता पैलू पूर्णपणे दुर्लक्षित झाला आहे. समस्येचे आजचे स्वरूप काय आहे इ. गोष्टींचा विचार मांडावा लागतो. या विषयावर पुढे आणखी अभ्यास होऊ शकतो का, असेल तर तो कोणत्या पैलूचा हेही नमूद करावे त्याचा उपयोग इतर संशोधकांना होतो.

o   o   o

संशोधनप्रबंधाच्या शेवटच्या भागात परिशिष्टे जोडली जावीत. ज्यात तांत्रिक माहिती उदा. प्रश्नपत्रिका, ग्रंथसूची, संशोधनाविषयीची अधिक माहिती (जसे स्वयंसेवी संस्थांचा अभ्यास असेल तर त्यांची यादी), दुय्यम माहिती मिळविण्यासाठी अनुसूची

तयार केली असेल तर तीही जोडली जावी. ग्रंथसूची करतांना ती वर्णानुक्रमानेच केली गेली पाहिजे. एखाद्या अप्रकाशित साहित्यातील संदर्भ घेतले असल्यास त्याचा उल्लेखही यात येणे गरजेचे आहे.

संशोधन ही शास्त्रीय प्रक्रिया आहे. परंतु तरीही त्याचे निष्कर्ष सामान्य माणसाला समजण्याजोगे असावेत. भाषाही सोपी असावी. संशोधनप्रबंध बाह्य स्वरूपही आकर्षक असावे लागते. यासाठी त्याची बांधणी चांगली असली पाहिजे, त्याची मांडणी करतानाही मुख्य शीर्षक, उपशीर्षके, तळटिपा अशी व्यवस्थित असली पाहिजे. संशोधनासाठी आवश्यक असल्यास रंगीत फोटो, रंगीत आलेख असावेत.

संशोधनामध्ये तळटिपा अत्यंत महत्त्वाच्या असतात. यातून संशोधकाने किती सखोल अभ्यास केलाय, वाचन केले आहे याची कल्पना येते. या तळटिपांमध्येही लेखकाचे नाव, पुस्तकाचे नाव, प्रकाशक, प्रकाशनवर्ष याचा उल्लेख असावा लागतो. संशोधनप्रबंधातील आलेख, आराखडे याला व्यवस्थित क्रमांक द्यावे लागतात कारण मजकूर वेगळ्या पानावर व आलेख वेगळ्या पानावर असल्याने ते वाचतांनाही गोंधळ होऊ नये.

∘   ∘   ∘

यापुढचा भाग म्हणजे संशोधनाचा गोषवारा (Synopsis) सादर करणे. संशोधन पूर्ण झाल्यावर, प्रबंधाचे काम पूर्ण झाल्यावर हे करावे लागते. याची रचना करताना–

१. प्रस्तावना (यात प्रबंधाच्या रचनेविषयी कल्पना देणे).

२. पार्श्वभूमी (विषयाची कल्पना देणे, संकल्पना स्पष्ट करणे).

३. संशोधनपद्धती, सिद्धान्त (Theory)

४. पाहणीचे निष्कर्ष

५. सूचना व पुढील अभ्यास

या प्रकारे सादर केलेला असावा. पहिल्या पानावर स्वतःचे नाव, विषय, प्रबंधाचे शीर्षक, मार्गदर्शकाचे नाव, केव्हा सादर केला त्याचा दिनांक इ. माहिती असावी लागते. प्रबंधातील शेवटच्या प्रकरणासारखाच हा गोषवारा असतो. कारण त्यात संपूर्ण संशोधनाचे सार असते तशाच प्रकारे गोषवारा असावा लागतो.

❑

संशोधकाची मानसिकता

पीएच.डी. चा अभ्यास, संशोधन करतांना संशोधकाची मानसिकता अतिशय महत्त्वाची भूमिका बजावत असते. संशोधकामध्ये काही गुण असावे लागतात.

उत्सुकता, जिज्ञासा –

संशोधन सुरू केल्यावर सुरुवातीला अतिशय उत्साह वाटतो असा सर्व विद्यार्थ्यांचा अनुभव असतो. कारण त्या अभ्यासात नावीन्य वाटतं. परंतु सुरुवातीचा हा अनुभव काही काळानंतर बदलतो. कारण या अभ्यासाचा आवाकाच फार मोठा असतो. त्यामुळे मनात पहिली शंका असते की हे काम पूर्ण होईल की नाही किंवा करायला घेतले आहे तर जमेल का असा विश्वास डळमळीत व्हायला लागतो. परंतु संशोधन करणाऱ्याला आपला उत्साह कायम ठेवावा लागतो. ज्यातून पुढे काय, पुढे काय अशी उत्सुकता निर्माण होत असते. अशा उत्साहाच्या भरात कामाला लागणारा कालावधी ठरवला गेला की त्याचा अंदाज चुकतो किंवा कामाच्या आवाक्याचे दडपण आले की वेळेत कामे पूर्ण होतील का याचीच शंका वाटू लागते. काही वेळा काही कामांना ठरविलेला वेळ पुरेसा असतो. त्या वेळात ती कामे पूर्ण होतातही परंतु काही कामांसाठी ठविलेला वेळ अपुरा पडला की इतर कामांवर (Activity) परिणाम होतो.

उत्सुकता, कुतूहल, जिज्ञासा या गोष्टींशिवाय संशोधन होऊ शकत नाही. यात नवे-नवे जाणून घेण्याची, 'का' चे उत्तर शोधण्याची जिज्ञासा असणे गरजेचे असते.

हाती घेतलेल्या विषयात काम करायला सुरुवात केल्यावर लगेच रस निर्माण होणार नाही. परंतु वाचन सतत चालू ठेवल्याने त्यात हळूहळू रुची वाढत जाते. अर्धवेळ संशोधन करणाऱ्यांना एकाग्रता राखणे अवघड जाते. कामाचे ठरवलेले वेळापत्रक पाळणे इतर जबाबदाऱ्यांमुळे शक्य होत नाही. अर्धवेळ पीएच.डी. करताना दिवसातला किती वेळ अभ्यासासाठी मिळणार आहे त्यानुसार पीएच.डी.च्या कार्यक्रमाचा कालावधी ठरवावा लागतो.

संशोधन सुरू केल्यानंतर एक वर्षानंतरच्या कालावधीतही अभ्यासाविषयी शंका वाटायला लागते, जमेल का असाही ताण येतो. दुसऱ्या बाजूने एकट्याने वाचन, चिंतन सतत केल्यानेही इतरांशी संपर्क कमी राहतो. विशेषत: प्रयोगशाळेत बसून संशोधन करणाऱ्या संशोधकाला तास न् तास प्रयोग करावे लागत असल्याने एकट्याने काम करावे लागते.

याच्या विरुद्धही होऊ शकतं. एक वर्षानंतर कामामध्ये रूचि आल्याने पुढचे काम तुलनेने अवघड वाटत नाही. परंतु विषयाची जाण (Feel) यायला काही वेळ जावा लागतो व कालावधी ठरविताना याचा विचार करावाच लागते.

• **चिकाटी** – संशोधनासाठी आवश्यक असणारा गुण त्याशिवाय काम पूर्ण होत नाही. कारण प्रबंध लिहायला सुरुवात करेपर्यंत त्यातल्या त्यातही पहिले प्रकरण लिहून झाल्यावर केलेल्या कामाचे फळ दृश्य स्वरूपात दिसू लागते. व त्यासाठी भरपूर चिकाटी असावी लागते. हाती आलेल्या माहितीविषयी शंका वाटली तरीही त्याची उलटतपासणी करून शंकेचे समाधान होईपर्यंत चिकाटीने शोध घ्यावा लागतो. काही वेळा निवडलेल्या विषयाचे काही काम झाल्यानंतर त्यातून कदाचित काही निष्पन्न होणार नाही असे वाटते व निवडलेला विषय बदलावा लागतो. यासाठीही संशोधकाला चिकाटी लागते, चिकित्सकवृत्ती असावी लागते.

प्रस्थापित असलेल्या समजुतींपेक्षा वेगळे निष्कर्ष आले तर ते मांडण्याचे धाडस संशोधकात असावे लागते.

संशोधन करताना कधी कधी अतिउत्साहामुळे अपेक्षाभंग होतो. परंतु अशा वेळी खचून न जाता चिकाटीने काम पुढे चालू ठेवावे लागते.

०   ०   ०

• **तर्कशुद्ध विचार** करता येणे सामाजिक संशोधनासाठी आवश्यक आहे. तर्काने अनुमान लावणे व त्यानुसार वस्तुस्थितीचा अभ्यास. संशोधक हा कल्पकही असावा लागतो. कारण त्यातूनच गुंतागुंतीच्या समस्येवर तोडगा, उपाय सुचत असतो. संशोधनाचे काम हे आव्हानात्मक असते त्यामुळे आव्हान पेलण्याची तयारी असावी.

०   ०   ०

• संशोधकाच्या विचारांमध्ये स्पष्टता असावी लागते. विषयासंबंधी ज्ञान असावे लागते. संशोधकाला आपल्या कार्याची मनापासून आवड असावी लागते. तरच ती शेवटपर्यंत टिकते.

०   ०   ०

• केलेल्या वाचनावर मार्गदर्शकाशी (Guide) चर्चा केल्यानंतर नवे मुद्दे लक्षात येतात. अशा वेळीही केलेले काम वाया गेला का अशीही शंका यायला लागते. पंरतु वाचनातूनच नवे सुचत जाते हे मनाशी पक्के ठरवून वाचल्यास त्याचा उपयोग होतो.

०   ०   ०

• क्षेत्रीय कामावर आधारित संशोधन असल्यास संभाषणकौशल्यही असावे लागते. ज्यातून आवश्यक ती माहिती योग्य प्रकारे संवाद साधून मिळवावी लागते. तसेच सर्वेक्षणाचे काम करणाऱ्या इतरांनाही हे संवादकौशल्य शिकविणे, त्यांचे मनोधैर्य वाढविणे, त्यांच्याकडून योग्य प्रकारे काम करून घेण्याची हातोटी लागते.

०   ०   ०

• ठरविलेल्या वेळेत ते ते काम पूर्ण करण्यासाठी स्वयंशिस्तही असावी लागते. तसे केले गेले नाही तर वैफल्य येते व त्यातून संशोधनाचे काम अर्धवट सोडून देण्याकडे कल राहतो. असे वैफल्य अपुऱ्या आर्थिक पाठबळामुळेसुद्धा येऊ शकते. खर्चाचा अंदाज काढताना चूक झाली तर किंवा एखाद्या कामासाठी ठरविलेली रक्कम कमी पडल्यामुळे अंदाज चुकतो. काम थांबवावेही लागते. त्यामुळे काढलेल्या अंदाजापेक्षा थोडे जास्त पैशाची तरतूद करून ठेवावी लागते.

०   ०   ०

• वाचन केल्यावर, माहिती हातात आल्यावर त्याचा अर्थ लागेपर्यंत ती वाचावी लागते, समजून घ्यावी लागते. त्यावर चिंतन करावे लागते. संशोधनात दोन ओळींमध्ये (Between the line) बरेच काही असते ते समजणे जरूरीचे असते.

०   ०   ०

• प्रबंध लिहिण्यासाठी ठरविलेला कालावधी कमी पडण्याची शक्यता जास्त असते, तसेच क्षेत्रीय सर्वेक्षणाच्या वेळेसही सण, उत्सव, दंगेधोपे अशा न कल्पिलेल्या अडथळ्यांमुळे प्रश्न निर्माण होतात. वेळापत्रक चुकू शकते, कामाचा वेळ वाढतो, खर्च वाढतो.

०   ०   ०

• क्षेत्रीय सर्वेक्षण करताना प्रतिसादकाचे ऐकून घेण्यासाठी ऐकण्याची कला आत्मसात करावी लागते. तरच प्रतिसादकाला प्रतिप्रश्र विचारून जास्तीत जास्त माहिती घेता येते.

o   o   o

• सूक्ष्म निरीक्षणक्षमता संशोधकाला असावी लागते. निरीक्षणातून वस्तुस्थितीचे ज्ञान मिळत असते. त्यामुळे शोधक नजर असणे आवश्यक आहे.

o   o   o

• संशोधन केल्यामुळे पुढे संधी मिळतात, समाजात मान असतो, भरीव काम केल्याचे समाधान मिळत असले तरीही संशोधन केवळ याच कारणांसाठी नसावे तर आवड म्हणून केलेले असावे.

o   o   o

• काही विषय अभ्यासताना उदा. हुंडाबळी, बाल लैंगिक शोषण, एचआयव्ही एड्स संशोधक परिस्थिती पाहून अति भावनिक, उद्विग्न होण्याची शक्यता असते अशा वेळी भावनिक समतोल साधता याचा लागतो. अशा परिस्थितीतही कधी कधी संशोधनकार्य सोडून द्यावेसे वाटते.

वेळेचे व्यवस्थापन व वेळापत्रक –

संशोधनाचा विषय नक्की केला की त्याला किती कालावधी लागेल हे पक्के करावे लागते व त्यानुसार वेळापत्रक, वेळेची विभागणी करावी लागते. ठरविलेल्या कालावधीत काय-काय कामे करायची याची चक्क यादी करावी लागते. उदा.–

१. विषयाची निवड (Selection of Topic)

२. संशोधन आराखडा (Research Design)

३. प्रकाशित साहित्याचा अभ्यास (Review of Literature)

४. प्रश्नपत्रिका तयार करणे (Questionaire Design)

५. माहिती गोळा करणे (Data Collection) –

६. माहिती विश्लेषण (Data Analysis) –

७. अहवाल लेखन (Report Writing) –

वरील प्रत्येक पायरीसाठी वेळ ठरवावा लागतो. पूर्ण वेळ पीएच.डी. चा अभ्यास करणार असल्यास कदाचित तीन वर्षे पुरी पडतात. तर अर्धवेळ करायचा असल्यास सहा वर्षेही लागू शकतात. हा कालावधी खूप वाटतो. कारण काम लवकर पुढे सरकले नाही तर ते कंटाळवाणे होते.

या प्रत्येक पायरीच्या उपपायऱ्याही लक्षित घ्याव्या लागतात. उदा. माहिती

गोळा करायच्या आधी तयार केलेल्या प्रश्नपत्रिकेची चाचणी घेणे, प्रकाशित साहित्याचा अभ्यास करायच्या आधी ग्रंथालयांना भेटी देऊन ग्रंथ, लेख, नियतकालिके यांची सूची करणे.

तीन वर्षांत जर पीएच.डी. पूर्ण करायची असेल, तर साधारणपणे एकतृतीयांश वेळ पहिल्या तीन कामांसाठी देणे योग्य ठरते. परंतु हा फक्त अंदाज घेतला आहे.

अहवाललेखनामध्ये केवळ अहवाललेखन एवढाच भाग येत नाही तर टंकलेखन (टायपिंग) करणे, दुरुस्त्या करणे, कच्चे लिहिलेले परत परत तपासून पाहणे. यासाठी वेळ द्यावा लागतो.

त्यामुळे एक स्थूल वेळापत्रक व सूक्ष्म वेळापत्रक तयार करावे लागते. त्यातही प्रत्येक कामासाठी एक सीमारेषा (Deadline) ठरवावी लागते. व त्या वेळात काम पूर्ण करण्याचा प्रयत्न केला की, इतर कामेही ठरविलेल्या वेळात पार पडतात. वेळापत्रक लवचीक असावे लागते.

पहिली तीन कामे – १ वर्ष

दुसरी तीन कामे   – १ वर्ष

प्रबंध लेखन, पुनर्लेखन, तपासणी, ग्रंथसूची, संदर्भ तपासणे, संगणकावरील काम, प्रबंधाची पुनर्मांडणी करायची असल्यास त्याला ७–८ महिन्यांचा कालावधी लागतो.

क्षेत्रीय कामाचा कालावधीही थोडा जास्तच ठरवावा लागतो. प्रबंधाच्या कामानंतर संशोधनाची रूपरेखा (Synopsis) तयार करावी लागते. त्यासाठी वेळ द्यावा लागतो.

पूर्वपाहणीनंतर प्रत्यक्ष क्षेत्रीय कामासाठी नेमका किती वेळ लागेल हे कळते. त्यामुळे त्यासाठी ठरविलेला वेळ थोडा जास्तच असावा. हे व्यावसायिक संशोधन करतानाही लक्षात घ्यावे लागते.

संशोधकासाठी मानसिकता सकारात्मक असावी लागते. त्याशिवाय चिकाटीने काम होऊ शकत नाही. स्वयम्-अध्ययन हा यातील महत्त्वाचा भाग असल्याने तशी शिस्त लावून काम करावे लागते.

संशोधन सादरीकरण

संशोधन प्रबंधाचे सादरीकरण करावे लागते तसेच व्यावसायिक म्हणून केलेल्या संशोधनातही सादरीकरण करावे लागते. समूहासमोर संशोधनाचे सादरीकरण करताना साधारणपणे ओएचपी (Over Head Projector) चा वापर केला जातो व पारदर्शिका (Transparancy) द्वारे सादरीकरण केले जाते.

हे सादरीकरण करताना सर्वांत प्रथम विषयाचे नाव हा अभ्यास कशासाठी

केला (पदवीसाठी, एखाद्या विभागासाठी) याचा तपशिलाची पहिली ट्रान्सपरन्सी असावी. त्यानंतर संशोधनाचे उद्दिष्ट, पार्श्वभूमी याविषयीनंतरच्या भागात असावे. त्यापुढे संशोधन पद्धती, नमुना निवड, कोणत्या क्षेत्रात, भागात काम केले हे असावे.

पाहणीनंतर हाती आलेल्या माहितीतील (Data) महत्त्वाच्या मुद्द्यांविषयक, प्रश्नांविषयी तक्त्याच्या रूपाने सादरीकरण करून त्यातील प्रत्येक आकडेवारीचे स्पष्टीकरण द्यावे लागते. काही माहिती अगदीच वेगळी हाती आलेली असेल तर ती का, याचेही स्पष्टीकरण द्यावे लागते.

त्यानंतर पाहणीत जी निरीक्षणे अनुभवही त्यांची माहिती देणे आवश्यक असते. शेवटच्या भागात पाहणीवरून काढलेले निष्कर्ष, सुचविलेले उपाय, शिफारशी यांचा समावेश होतो.

हे सादरीकरण असे असायला हवे की, संपूर्ण संशोधन अहवाल जरी एखाद्या व्यक्तीने वाचला नाही तरीही या सादरीकरणावरून अभ्यासाची कल्पना येते.

आवश्यक असल्यास अशा सादरीकरणातही छायाचित्रे दाखवूनही मुद्दा अधिक स्पष्टपणे मांडता येतो. तसेच आलेख, आराखडे यांच्यावरूनही म्हणण्याला पुष्टी देता येते.

अशा सादरीकरणानंतर उपस्थित व्यक्ती त्यावर प्रश्न विचारून शंकानिरसन करून घेत असतात. यासाठी प्रत्येक मुद्द्यासाठी किती ट्रान्स्परन्सी तयार केल्या आहेत त्याचे विभाग पाडून त्यामध्ये क्रमांक देऊन त्याप्रमाणे त्यांची रचना करणे. आणखीही काही मुद्द्यांच्या ट्रान्स्परन्सी तयार करून ठेवाव्या लागतात कारण विषयाच्या अनुषंगाने त्यांची माहिती द्यावी लागल्यास त्या हाती असणे गरजेचे असते.

विषयाच्या मर्यादा फक्त सादरीकरणात / बोलण्यात आल्यास चांगले. यावरून सादरीकरण कसे करावे, याचा सरावही करता येतो.

परिशिष्टांविषयी

• परिशिष्ट १ मध्ये संशोधकाला काही व्यावहारिक, काही साध्या सोप्या परंतु संशोधनात महत्त्वाची भूमिका बजावणाऱ्या बाबी माहिती करून दिल्या आहेत.

• परिशिष्ट २ मध्ये संशोधन आराखडा (Research Proposal) कसा असावा याचा नमुना दिला आहे.

• परिशिष्ट ३ मध्ये प्रश्नपत्रिकेचे दोन नमुने जोडले आहेत. ज्यातून प्रश्नपत्रिका कशी असावी, रचना कशी करावी याची काही प्रमाणात कल्पना येईल.

• परिशिष्ट ४ मध्ये संशोधनासाठी काही विषय सुचविलेले आहेत.

परिशिष्ट १

- प्रकाशित साहित्याच्या नोंदी/टाचणे ठेवताना एकसारख्या आकाराचे कागद वापरल्यास जास्त सोयीचे होते.

- पुस्तक, लेखक, प्रकाशक इ. मजकूर लिहिण्यासाठी शक्यतो वेगळ्या शाईचा वापर करावा.

- नोंदी/टाचणे ठेवताना समास नेहमीपेक्षा मोठा सोडावा कारण त्यात काही शेरे (Comments) लिहिता येतात.

- विषयाची निवड, शीर्षक इ. पूर्वतयारी झाल्यावर अगदी ढोबळ मानाने प्रकरणे काय असतील याची रचना करावी म्हणजे त्यानुसार प्रत्येक प्रकरणासाठी नोंदी, टाचणे ठेवता येतात.

- प्रबंधात साहित्यसूची तपशिलाने द्यावी लागत असल्याने प्रकाशनाचे वर्ष, प्रकाशन कोणत्या गावाचे आहे हेही जरूर लिहावे.

- व्यावसायिक संशोधन करतानाही कोणत्या खाजगी कंपन्या, शासकीय विभाग यांच्याकडून आलेल्या माहितीनुसार काम केले असेल तर ते जपून ठेवून, अहवालाच्या शेवटी परिशिष्टात त्याच्या प्रती जोडणे चांगले असते ज्यावरून अभ्यास कशाच्या आधारे केला हे स्पष्ट होते.

- संदर्भ देताना प्रत्येक प्रकरणाच्या शेवटी दिलेले चांगले. यासाठी प्रत्येक नोंद व्यवस्थित घ्यावी लागते. अगदी पान क्रमांकासहित.

- वेळेचे व्यवस्थापन करून त्यानुसार काम करत गेल्यास ताण कमी जाणवतो.

- काढलेल्या नोंदी वाचताना प्रत्येक प्रकरणासाठी कोणता मजकूर, माहिती आवश्यक आहे, योग्य आहे ते समासात नोंद करून ठेवणे चांगले असते.

- सतत नवे-नवे संशोधन होत असते. त्यामुळे प्रबंधाचे अंतिम लिखाण पूर्ण होईपर्यंत ग्रंथालयांना भेटी देणे गरजेचे असते.

- प्रबंध लिहिताना जमविलेली टाचणे जवळ ठेवावी लागतात. सर्व तयारी करून प्रबंध लिहिण्यास बसावे म्हणजे डोक्यात आलेला मुद्दा विसरला जाणे, संदर्भ हाताशी नसल्याने लिहिण्यात अडथळा येणे हे होत नाही.

- एखादे नोंदी, टाचणातले वाक्य लिहिले की, लगेच त्याला संदर्भ क्रमांक लिहावा अन्यथा नंतर शोधाशोध करावी लागते.

- काही पुस्तके संपूर्ण सतत लागणारी असतील तर ती चक्क विकत घेणे चांगले.

• संशोधनासाठी ठरविलेले वेळापत्रक काम करताना सतत पुढे ठेवले, तर त्यानुसार काम होते का ते कळते व एखाद्या कामाला जास्त वेळ लागला तर त्यात बदल करता येतात.

• केलेली तयारी पूर्ण झाली आहे असे वाटले की, स्वत:विषयी विश्वास वाटतो. अशा वेळी लेखनाला सुरुवात करणे जास्त चांगले असते.

• शक्यतो एकापाठोपाठ एक प्रकरणे लिहावीत. परंतु तसे न झाल्यास मधलेच प्रकरण आधी लिहिल्यास त्याच्या पुढची व मागची प्रकरणे लिहून झाल्यावर त्याची सुसंगती तपासून बघावी लागते.

• व्यावसायिक संशोधक म्हणून काम करताना खर्चाचा अंदाज अचूक काढावा लागतो. अन्यथा नुकसान होण्याची शक्यता असते. प्रत्येक बाब त्यातील उपकामे या सर्वांचा विचार करून खर्चाचा अंदाज करणे योग्य ठरते. छपाई, बांधणी इ. सर्व तसेच किती प्रती काढायच्या, हे सर्व आधीच ठरवून घ्यावे लागते.

• अर्धवेळ संशोधन करणाऱ्या व्यक्तींनी स्वत:च्या अभ्यासाशी संबंधित विषय निवडला तर त्यांना काम करणे सोपे जाते.

• नोकरी करणाऱ्यांनी जर ठरावीक वेळ रोज पीएच.डी. च्या कामासाठी दिला तर नियमित काम होते.

• तांत्रिक बाबी ज्या आहेत त्या वेळच्या वेळी पूर्ण करायला हव्या.

• विषय बदलला किंवा काम करण्याचे क्षेत्र निवडले तरीही ते लगेच विद्यापीठाला कळवावे.

• भाषाविषयात प्रबंध लिहिताना शुद्धलेखनाची काळजी घ्यावी लागते.

• उपशीर्षके (sub-titles) व्यवस्थित देऊन त्यात जर विविध मुद्द्यांचे स्पष्टीकरण असेल तर त्याला क्रमांकही द्यावेत.

• नोकरी, व्यवसाय करून अर्धवेळ संशोधन करताना मुक्त विद्यापीठांद्वारेही संशोधन करता येते. कारण अशा विद्यापीठांमध्ये संशोधनाचा काळ तुलनेने कमी असतो.

• संशोधन प्रबंधाला पान नंबर देण्याचे काम सर्वांत शेवटी करावे म्हणजे वारंवार बदल करावा लागत नाही.

• संशोधनात जर काही ठिकाणी छोटे स्वरूपात (short form) शब्द वापरले असतील, तर त्याचे तपशील सुरुवातीला द्यावा.

• तक्त्यांचे नंबर काळजीपूर्वक तपासून द्यावे.

❑

परिशिष्ट २

समाजपरिवर्तनात बचतगटांचे योगदान

पार्श्वभूमी –

आजही भारतात अज्ञान, निरक्षरता यांमुळे अनेक प्रश्न निर्माण झालेले आहेत. ग्रामीण भागातील बहुतेक पुरुष व स्त्रिया शेतमजुरीच्या कामात गुंतलेल्या दिसतात. शेतमजुरीचे काम अनेकदा बाराही महिने उपलब्ध होऊ शकत नाही. यासाठी घरातील पुरुषाला तात्पुरते स्थलांतर करणे भाग पडते. क्वचित् प्रसंगी पूर्ण कुटुंबाच्या कुटुंब स्थलांतर करते.

ज्या कुटुंबातील कर्ता पुरुष स्थलांतर करतो, अशा कुटुंबातील स्त्रियांवर कुटुंबाची जबाबदारी व मुलांचे पालनपोषण करण्यासाठी कमाई करणे, मोलमजुरीने पुरेसे उत्पन्न मिळेलच याची शाश्वती नाही. मुळातच मजुरी मिळेल याचीही खात्री नाही. मुळातच मजुरी मिळेल याचीही खात्री नाही. अशा प्रसंगी खाजगी सावकारांकाडून भरमसाठ व्याजदराने कर्ज काढणे. हे व्याजच फेडता फेडता मुद्दल फिटायला अनेक वर्षे घालवावी लागतात.

शहरी भागात स्थलांतर केलेल्या कुटुंबांचे चित्रही फारसे वेगळे दिसत नाही. एकतर शहरातील महागाई, राहत्या जागेची समस्या या कारणांमुळे अशा स्थलांतरित कुटुंबांना झोपडपट्टीत आसरा घ्यावा लागतो. मिळणारे कामही मजुरीचे, बांधकाम मजूर, कारखान्यात हंगामी मजुरी, हमाली इ. स्वरूपाचे. हे काम तर कायमचे मिळतच नाही. परंतु दारू, जुगार, अमली पदार्थ याचे व्यसन, त्यामुळे होणारी मारहाण या चक्रात स्त्री अडकली जाते.

या चक्रातून स्त्रीला बाहेर काढण्यासाठी कायदे, विकासाच्या योजना केल्या गेल्या. परंतु तरीही या समस्येचे उत्तर मिळू शकले नाही. १९९२ साली बांगला देशातून आलेल्या शिष्टमंडळाने तेथील बचत गटांच्या संकल्पनेविषयी रिझर्व बँक, नाबार्ड इ. व १९९२ पासूनच भारतात बचत गटांची निर्मिती झाली. बचत गटांच्यासाठी अटी व नियम बँकांनी ठरवून दिले.

अनेक स्वयंसेवी संस्थांनी यासाठी पुढाकार घेऊन गटांची स्थापना करणे, बचत गटांचे हेतू, कार्य याची कल्पना देणे, नियमितता आणणे. या सगळ्याचा मुख्यत: हेतू एकच होता की ग्रामीण अनिश्चितता यातून सुटका करणे.

आरंभीच्या काळात स्त्रियांनी एकत्र येणे किंवा त्यांना एकत्र आणणे हाच प्रश्न स्वयंसेवी संस्थांपुढे होता. त्यासाठी महिला मंडळांची स्थापना करणे, त्यायोगे छोटे

सामूहिक कार्यक्रम सुरू करणे, अशा गोष्टी केल्या व नंतरच्या काळात त्याचे रूपांतर बचत गटात झाले.

बचत गटांच्या माध्यमातून स्त्रियांना व्यवसायासाठी कर्ज उपलब्ध करून देणे, नवीन व्यवसायासाठी प्रशिक्षण देणे, आहे त्या व्यवसायाच्या विस्तारासाठी अर्थसाहाय्य देणे ही कामे केली जाऊ लागली.

स्त्रियांनी एकत्र येऊन बचत गटांची उभारणी तर केलीच; परंतु त्याबरोबरीने कायदेविषयक, पर्यावरणविषयक, ग्रामपंचायतीत स्त्रियांच्या सहभागाविषयक बाबींची चर्चा होऊ लागली. याबद्दल उत्सुकता वाढू लागली. गावातील इतर प्रश्नांविषयी स्त्रियांच्या पुढाकाराची गरज असल्याचे जाणवले.

प्रस्तुत अभ्यासाविषयी –

बचत गटांचे समाजपरिवर्तनातील योगदान अभ्यासले जाणे आवश्यक आहे. यासाठी पुण्याच्या जवळ असणाऱ्या परंतु पूर्णत: ग्रामीण भाग असणाऱ्या गावांची निवड या अभ्यासासाठी केली आहे.

स्वयंसेवी संस्थांनी या कामात पुढाकार घेतल्याने त्यांची दखल घेणे आवश्यक आहे. यासाठी स्त्रियांविषयी कार्य करणाऱ्या संस्थेने ज्या खेड्यांमध्ये हा उपक्रम राबविला त्यांची निवड केली आहे.

निवडलेल्या संस्थेविषयी – या संस्थेची स्थापना १९९२ साली झाली. सुरुवातीच्या काळात संशोधनविषयक प्रकल्प हाती घेतले. व १९९८ साली बचत गटाच्या माध्यमातून प्रत्यक्ष स्त्रियांमध्ये जाऊन काम करायला सुरुवात केली. खेड्यांची निवड करताना पुण्यापासून 20 ते 30 कि.मी. अंतरावर असावीत हे मुख्यत: लक्षात घेतले गेले. संस्थेचे काम आज पंधरा खेड्यांमध्ये चालले आहे. बचत गटांबरोबरच इतर उपक्रमही सुरू केले आहेत. पहिल्या १-२ गावांमध्ये बचत गट सुरू केल्यावर ते पाहून त्यापासून प्रेरणा घेऊन इतर गावांमध्ये गट सुरू झाले. स्त्रियांविषयक काम करताना खालील घटक आवर्जून लक्षात घेतले जातात किंवा घेतले जाणे आवश्यक ठरते. आरोग्य, शिक्षण, उत्पन्नाचे साधन, कुटुंबनियोजनविषयक जागरूकता इ. संस्थेने यासंबंधीही काम केले. संस्थेचे काम मांजरी, थेऊर इ. भागात चालते.

अभ्यासाचा हेतू –

या अभ्यासाचा व्यापक हेतू पुढीलप्रमाणे :–

१. संस्थेने केलल्या कामामुळे ग्रामीण भागात झालेला बदल.

२. ज्या ठिकाणी कोणतीही संस्था अशा प्रकारे काम करत नाही तेथील स्त्रियांची परिस्थिती.

या अभ्यासासाठी खालील घटक स्थूलमानाने निवडले आहेत :–

• **आरोग्य**

– विवाहाच्या वयाबाबत जागरूकता

– कुटुंबनियोजन

– कुपोषण

– जन्मप्रमाण

• **मुलींचे शिक्षण**

– याबद्दल जाणीव

– प्रत्यक्षात केलेली प्रगती

– मुलींचे गळतीचे प्रमाण

• **स्वयंसहायता गट**

– गटांची निर्मिती

– प्रत्यक्ष केले जाणारे काम

• **उत्पन्नाची साधने**

– सध्या केले जाणारे व्यवसाय

– पारंपरिक व्यवसायांचा विस्तार

– कुटुंबाला प्रत्यक्षात झालेली मदत

• **ग्रामपंचायतीत स्त्रियांचा सहभाग**

–प्रत्यक्ष सहभाग, सदस्यत्व याविषयी जागरूकता

– सध्याचा त्यांचा सहभाग

याखेरीज स्त्रियांच्या मानसिकतेत झालेल्या बदलांचाही विशेषत्वाने अभ्यास केला जाईल.

ज्यामध्ये –

• त्यांची स्वत:ची विचारसरणी

• कुटुंबातील दर्जा

• समाजातील दर्जा

- नेतृत्व गुण
- सामूहिक कृती/कार्य
- सामाजिक प्रश्नांविषयी जागृती
- प्रत्यक्षात केलेले काम

व्यवसायाबाबत –

- नवीन व्यवसायनिर्मिती
- बाजारपेठेचे ज्ञान
- व्यावसायिक प्रशिक्षण

तुलनात्मक अभ्यास –

हा अभ्यास तुलनात्मक पद्धतीने केला जाईल. यासाठी खेड्यांची निवड पुढीलप्रमाणे केली जाईल :-

१. स्त्री वाणी संस्था ज्या खेड्यांमध्ये काम करते.

२. ज्या गावांमध्ये जास्तीत जास्त बचत गट स्थापन केले आहेत अशी.

३. ज्या गावांमध्ये स्थानिक नेतृत्व हळूहळू तयार होत आहे अशी.

वरील खेड्यांच्या तुलनात्मक अभ्यासासाठी :-

- कुठलीही संस्था, स्वयंसेवी संस्था काम करत नसलेली.
- साधारणत: तितक्याच लोकसंख्येची.
- एकाच प्रकारचे उद्योग व्यवसाय असलेली.

नमुना निवड :–

- संस्था काम करत असलेली ३ खेडी अभ्यासासाठी निवडली जातील.
- आणि कोणतीही संस्था, स्वयंसेवी संस्था काम करत नसलेली ३ खेडी निवडली जातील.
- निवडलेल्या ३ खेड्यांमधील ३-३ गट निवडले जातील व त्या गटातील सर्व सभासदांचा अभ्यास केला जाईल.
- ज्या खेड्यांमध्ये कोणतीही संस्था, उपक्रम नाहीत अशा खेड्यातील प्रत्येकी ५० स्त्रियांचा अभ्यास केला जाईल.

माहिती संकलन –

संख्यात्मक व गुणात्मक अशा दोन्ही प्रकारे माहिती गोळा केली जाईल. तसेच प्राथमिक व दुय्यम स्वरूपाची माहिती गोळा केली जाईल.

संशोधन पद्धती –

प्रस्तुत अभ्यासासाठी प्रत्यक्ष मुलाखत, गटचर्चा व विशेष गोष्टींचा, घटनांचा खास अभ्यास केला जाईल.

● **प्रत्यक्ष मुलाखत –** यात प्रतिसादकाची प्रत्यक्ष भेट घेऊन प्रश्नपत्रिकेच्या आधारे मुलाखत घेतली जाईल. ज्यायोगे जास्तीत जास्त व अचूक माहिती मिळविण्याचा प्रयत्न केला जाईल.

● **गटचर्चा –** बचत गटातील महिलांशी गटचर्चा आयोजित केली जाईल. ज्यायोगे त्यांच्या मानसिकतेचीही अधिक कल्पना येईल.

● दुय्यम स्वरूपाची माहिती गोळा करण्यासाठी जनगणना अहवाल, ग्रामपंचायतीतील विविध नोंदी, प्राथमिक आरोग्य केंद्रातील नोंदी, शाळांमधील नोंदी यावरून माहिती गोळा केली जाईल.

● दुय्यम माहितीच्या संदर्भात स्थानिक सरकारी अधिकारी, समाजातील ज्येष्ठ व्यक्ती यांच्याशी अनौपचारिक चर्चा केली जाईल.

माहितीचे विश्लेषण –

गोळा केलेल्या माहितीचे संगणकाच्या साहाय्याने विश्लेषण केले जाईल.

त्यावर आधारित अहवाल तयार केला जाईल.

कालावधी –

प्रकल्पासाठी एकूण कालावधी ८ (आठ) महिने लागेल.

एकूण खर्च – अंदाजे तीस हजार रुपये

सदर अभ्यासाचे महत्त्व – या अभ्यासातून बचत गटांच्या सध्याच्या कामाविषयी कल्पना येईलच. त्याशिवाय नवीन खेड्यातून यांची उभारणी करण्याची किती आवश्यकता आहे. याचा अंदाज येईल. त्यासाठी नेमके काय केले पाहिजे हेही लक्षात येईल. गटांनी सुरू केलेले उपक्रम व प्रकल्पाच्या कामाविषयी, कामाच्या दशेविषयी यथार्थ कल्पना येईल. बचत गट, पतपेढ्या, शासन यांच्याकडून गटातील सदस्यांच्या अपेक्षाही कळतील.

परिशिष्ट ३

स्त्रियांच्या विकासात सामाजिक संस्थांची भूमिका व प्रभाव या संशोधनअभ्यासासाठी प्रश्नपत्रिका –

विभाग पहिला – वैयक्तिक माहिती.

१) लाभार्थी महिलेचे संपूर्ण नांव -------------------------

२) संपूर्ण पत्ता ---------------------------------

३) या गावात तुम्ही किती वर्षे राहता ?

  (१) ५ ते १0, (२) ११ ते १५, (३) १६ ते २0, (४) 20 पेक्षा जास्त

४) आपण या संस्थेचे किती वर्षे सभासद आहात ? (१) ५ वर्षे

  (२) त्यापेक्षा जास्त.

५) संस्थेच्या कुठल्या-कुठल्या उपक्रमांत तुमचा सहभाग आहे ?

  (१) बचतगट, (२) आरोग्यशिक्षण, (३) व्यवसायप्रशिक्षण, (४) प्रौढ साक्षरता वर्ग, (५) अंधश्रद्धानिर्मूलन, (६) महिलादिन व इतर कार्यक्रम, (७) ग्रामपंचायत शिक्षण, (८) कयदेविषयक, (९) पर्यावरण/परिसर विषयक.

६) लाभार्थी महिलेच्या कुटुंबाची माहिती –

कुटुंबातील व्यक्तींची नावे	लिंग	लाभार्थी महिलेशी नाते	वय	शिक्षण	व्यवसाय	मासिक उत्पन्न	महिन्यातून किती दिवस काम	इतर
१								
२								
३								
४								
५								
६								
७								
८								
९								

७) घराचे स्वरूप – (१) कच्चे, (२) पक्के,

८) घर – (१) स्वतःचे, (२) भाड्याचे

९) स्वयंपाकासाठी साधन – (१) चूल, (२) स्टोव्ह, ३) गॅस.

१०) घरातील साधने – (१) रेडिओ, (२) टेपरेकॉर्डर, (३) टी.व्ही. रंगीत/ ब्लॅक ऑण्ड व्हाईट, (कृष्णधवल) (४) मिक्सर, (५) पंखा, (६) प्रेशर कुकर, (७) शिवणमशीन (८) केबल टी.व्ही. (९) फ्रीज

११) घरातील वाहने – (१) सायकल, (२) लूना, (३) स्कूटर, (४) मोटार सायकल, (५) जीप, (६) रिक्षा, (७) कार, (८) ट्रॅक्टर

१२) घरात–(१) गाई, (२) म्हशी, (३) शेळ्या, (४) कोंबड्या, (५) बैल होय/नाही असल्यास संख्या –

विभाग दुसरा – शेतीविषयक माहिती –

१३) तुमची शेती आहे का (१) होय (२) नाही

असल्यास किती एकर -----   किती गुंठे -------

पैकी   १. स्वतःच्या मालकीची किती ---------

२. करायला घेतलेली किती ----------

३. सरकारी जमीन किती -----------

१४) शेती – (१) जिरायती, (२) बागायती, (३) इतर

१५) वर्षभरात त्यात कुठली पिके घेता – (१)   (२)
(३)   (४)

१६) शेतीमालाची विक्री कोठे करता – (१) गावातच, (२) आठवडे बाजार, (३) कृषि उत्पन्न बाजार समिती, (४) इतर

१७) शेतीतून अंदाजे किती उत्पन्न मिळते? रुपये

विभाग तिसरा – बचत गट

१८) बचत गटाची मीटिंग केव्हा असते– (१) आठवड्यातून एकदा, (२) पंधरा दिवसांतून एकदा,   (३) महिन्यातून एकदा, (४) तीन महिन्यांतून एकदा,   (५) इतर

(१९) तुम्ही किती मीटिंग्सना हजर असता ? (१) प्रत्येक मीटिंगला, (२) कधीतरी

(२०) तुम्हाला गटामुळे काय फायदा झाला ?
आर्थिक– (१) कर्ज मिळाले, (२) बँक व्यवहार कळले, (३) इतर

सामाजिक – (१) एकत्र यायला मिळाले, (२) इतर

सांस्कृतिक – (१) हळदी-कुंकू करणे, (२) एखादा गावातील प्रश्न सोडवणे,

(३) इतर

२१) गटामध्ये दर महिन्याला अंदाजे किती रुपये जमा करता ?

(१) ५०,   (२) १००,   (३) १५०,   (४) २००

२२) तुम्ही बचत गटातून कर्ज घेतले होते किंवा घेतले आहे का? (१) होय (२) नाही. असल्यास किती रुपये –

२३) कर्ज घेण्याचे कारण –   (१) व्यवसायासाठी, (२) घर दुरुस्तीसाठी,

(३) मुलीच्या शिक्षणासाठी, (४) मुलाच्या शिक्षणासाठी,

(५) शेतीसाठी,   (६) आजारपणासाठी,(७) इतर

२४) कर्जाची परतफेड कशी करता ?

(१) हप्त्याने,   (२) एकदम,   (३) जमेल तसे.

२५) आतापर्यंत किती वेळा कर्ज घेतले – (१) ४, (२) ३, (३) २, (४)१

२६) बचत गटाच्या मीटिंगच्या वेळी कुठल्या कुठल्या विषयांवर चर्चा करता?

(१)   (२)

(३)   (४)

२७) तुमचा गटातून पुन्हा कर्ज घेऊन व्यवसाय सुरू करायचा विचार आहे का?

(१) होय, (२) नाही असल्यास कोणता –

(१)   (२)   (३)

विभाग चौथा – व्यावसायिक प्रशिक्षण

२८) तुम्हाला संस्थेतर्फे कुठल्या व्यवसायाचे प्रशिक्षण घेतले आहे का ?

(१) होय,   (२) नाही. घेतले असल्यास कुठल्या व्यवसायाचे–

(१)   (२)   (३)   (४)

२९) तुम्हा या प्रशिक्षणाचा फायदा झाला का ? (१) होय,   (२) नाही

होय असल्यास कोणता –

३०) तुम्ही प्रशिक्षण घेतलेला व्यवसायच सध्या करता का ?

(१) होय,   (२) नाही,   (३) लागू नाही

होय असल्यास कोणता –

३१) यापुढील काळात व्यवसाय करायचा विचार आहे का ?

(१) होय,   (२) नाही.

होय असल्यास कुठला –

नाही असल्यास का –

विभाग पाचवा – आरोग्यविषयक

३२) तुम्ही संस्थेच्या आरोग्य शिबिरांना हजर राहता का ?

(१) होय,   (२) नाही

असल्यास कुठल्या शिबिरांना –(१) ------- (२)----------
(३) ------------------- (४) -----------------

३३) तुम्हाला या शिबिरातून आरोग्यविषयक काय माहिती मिळते ?

----

३४) तुम्ही तुमच्या मुलांना कोणत्या कोणत्या लसी टोचल्या ?

(१) बीसीजी,   (२) पल्स पोलिओ, (३) कावीळ, (४) इतर

३५) तुम्ही तुमच्या मुलांच्या आरोग्याची काळजी कशी घेता ?

----

३६) तुम्ही कुटुंबनियोजन शस्त्रक्रिया केली आहे का ?

(१) होय,   (२) नाही,   (३) इतर

होय असल्यास हा निर्णय पती-पत्नींपैकी कुणी पुढाकाराने घेतला ?

(१) पतीने,   (२) पत्नीने,   (३) दोघांच्या संमतीने.

३७) मुलीच्या लग्नाचे वय किती असावे असे वाटते ?

(१) १६ पेक्षा कमी, (२) १८ वर्षे,   (३) त्यापेक्षा जास्त

का ---

३८) घरात मुलगी जन्माला आल्यावर वाईट वाटतं का ?

(१) होय,   (२) नाही

होय असल्यास का -----------------------------

नाही असल्यास का -----------------------------

३९) तुम्हाला मुलगा व्हावा की मुलगी व्हावी असं वाटतं ?

का ---

४०) आजारी असल्यावर तांत्रिक मांत्रिकाकडे जाता की डॉक्टरकडे ?------

४१) गावात दवाखाना आहे का (१) होय,   (२) नाही.

८२ / संशोधन करताना...

असल्यास किती अंतरावर ----------------------------

४२) पिण्याचे पाणी कुठून आणता?- (१) घरात नळ, (२) सार्वजनिक नळ, (३) विहीर, (४) बोअरवेल, (५) नदी

४३) पिण्याचे पाणी आणण्यासाठी किती लांब जावे लागते ? -------

४४) पिण्याचे पाणी शुद्ध कसे ठेवता (१) उकळून, (२) गोळ्या टाकून, (३) इतर

४५) तुम्ही घराभोवतीचा परिसर स्वच्छ कसा ठेवता ?

----

४६) कचऱ्याची विल्हेवाट कशी लावता – (१) उघड्यावर टाकता, (२) जाळून टाकता, (३) शेतात टाकता, (४) जमिनीत खड्डा करून त्यात टाकता, (५) कचऱ्याचे खत करता का ?

४७) सांडपाण्यावर घराभोवती झाडे-भाजीपाला लावला आहे का ?
(१) होय, (२) नाही   असल्यास कुठला (१)   (२)
(३)   (४)
त्याचा वापर – (१) घरी करता, (२) विकता, (३) इतरांना फुकट वाटता, (४) इतर

४८) गाव स्वच्छ राहण्यासाठी गटाच्या माध्यमातून व स्वत: काय प्रयत्न करता ?

४९) शौचालय – घरात (१) आहे, (२) नाही. सार्वजनिक (१) आहे (२) नाही.

५०) सार्वजनिक शौचालय वापरत असल्यास घरातील सर्व लोक त्याचा वापर करतात का ? (१) होय, (२) नाही

विभाग सहावा - ग्रामपंचायतीविषयक

५१) ग्रामपंचायतीने गावासाठी काय कामे करायची असतात याची तुम्हाला कल्पना आहे का ? ---

----

५२) तुम्ही ग्रामसभांना उपस्थित राहता का ?
(१) नियमितपणे,   (२) कधी कधी,   (३) क्वचित, (४) इतर.

५३) तुमच्या गावात ग्रामपंचायत गावकऱ्यांच्या मदतीने योजना/उपक्रम राबवते का ?
(१) होय,   (२) नाही,   (३) माहीत नाही,   (४) इतर

५४) त्यापैकी कशात तुमचा सहभाग असतो ?

——————————————————————————————

५५) ग्रामपंचायतीत महिलांसाठी आरक्षण आहे याची तुम्हाला कल्पना आहे का ?
(१) होय,   (२) नाही.

----

५६) ग्रामपंचायतीत महिलांसाठी योजना आहेत याची तुम्हाला कल्पना आहे का ?
(१) होय,   (२) नाही, (३) माहीत नाही. असल्यास कोणत्या –

५७) तुम्ही आणि तुमचे कुटुंबीय यांना या योजनांचा लाभ मिळतो का ?
(१) होय,   (२) नाही, (३) माहीत नाही,   (४) इतर

असल्यास कोणत्या योजनांचा ——————————————————————

कशा प्रकारे लाभ मिळतो ——————————————————————

५८) तुम्ही मतदान करता का – (१) होय, (२) नाही, (३) इतर

५९) तुम्ही ग्रामपंचायतीची निवडणूक लढविली आहे का ?
(१) होय,   (२) नाही.

६0) ग्रामपंचायतीची निवडणूक केव्हा होते ? ——————————————

विभाग सातवा – महिला दिन

६१) महिला दिन का साजरा करतात ——————————————————

————————————————————————————————

६२) त्या दिवशी काय कार्यक्रम करता ? (१) पथनाट्य,   (२) गाणी,
(३) नाटक, (४) अल्पोपाहार,   (५) भाषण.

६३) यापैकी कशात तुमचा सहभाग असतो ? ——————————————

६४) मोर्चा/फेऱ्या काढल्या जातात का ?(१) होय, (२) नाही, (३) माहित
नाही. असल्यास कुठल्या कारणासाठी ——————————————————

————————————————————————————————

६५) तुम्ही मोर्च्यात भाग घेता का ?   (१) होय,   (२) नाही.
मोर्च्याचे वेळी घरच्या लोकांचे सहकार्य मिळते का ?(१) होय, (२) नाही.
असल्यास कोणत्या कारणामुळे – ——————————————————

विभाग आठवा – प्रौढ साक्षरतावर्ग

६६) तुम्ही संस्थेने चालविलेल्या प्रौढ साक्षरतावर्गला गेला होतात का?
(१) होय,   (२) नाही, (३) जाण्याची गरज नाही.

तुम्हाला प्रौढ साक्षरतावर्गाला जाण्याची इच्छा आहे का?

(१) होय,   (२) नाही

गेला असल्यास कारण काय ------------------------------

गेला असल्यास त्याचा तुम्हाला काय उपयोग झाला ?

(१) फक्त सही करता येऊ लागली, (२) सगळं व्यवस्थित वाचता येऊ लागलं, (३) काहीही उपयोग झाला नाही.

६७) घरात वर्तमानपत्र वाचतात का ?(१) होय, (२) नाही

असल्यास किती जण वाचतात ------------------------

कुठल्या बातम्या वाचता ------------------------

६८) तुम्ही स्वत: प्रौढ साक्षरतावर्गाला शिकविता का ?

(१) होय,   (२) नाही.

६९) मुलींनी शिकावं असं वाटतं का ?(१) होय, (२) नाही.

किती शिकावं असं वाटतं (१) ७वी, (२) १०वी, (३) त्याच्यापेक्षा जास्त

का शिकावं असं वाटतं- ------------------------

७०) तुम्ही टी.व्ही.पाहता का ? (१) होय,   (२) नाही. असल्यास कोणते

कार्यक्रम पाहता (१)   (२)   (३)   (४)

७१) तुमचं हुंड्याविषयी काय मत आहे ?

विभाग नववा – स्वत:विषयी

७२) तुम्हाला गटाचे सभासद झाल्याचा काय फायदा झाला ?

----

७३) स्वत:मध्ये काय बदल झाले असं जाणवले ?

----

७४) संस्थेच्या कामामध्ये सुधारणा व्हावी असे वाटते का ?

(१) होय,   (२) नाही,   (३) सांगता येत नाही.

७५) होय असल्यास कोणती सुधारणा व्हावी –

(१)   (२)   (३)   (४)

दिनांक –   गावाचे नाव –

संस्थेतील समाजसेवक व अधिकाऱ्यांसाठी प्रश्न –

१.   संस्थेचे संपूर्ण नाव –

२.   व्यक्तीचे नाव –

३.   पद –

४.   संस्थेत किती वर्षे काम करता –

५.   संस्थेची स्थापना कधी झाली?

६.   संस्थेची उद्दिष्टे –

७.   प्रत्यक्ष कामाला केव्हा सुरुवात झाली?

८.   संस्था कोणत्या कोणत्या भागात काम करते?

९.   हा विशिष्ट भाग निवडण्याचे कारण काय?

१०. कोणत्या कोणत्या गावांमध्ये काम चालते?

११. ती गावे निवडण्याचे कारण काय?

१२. संस्था नेमके काय काम करते?

१३. हेच काम निवडण्याचे कारण काय?

१४. या कामाला गावकऱ्यांकडून कसा प्रतिसाद मिळाला?

१५. स्त्रियांकडून कामाला कसा प्रतिसाद मिळाला?

१६. लाभार्थींची निवड कशी केली? काय निकष लावले?

१७. गावकऱ्यांमध्ये जागरूकता निर्माण करण्यासाठी कोणत्या पद्धतींचा वापर केला?
     स्त्रियांमध्ये जागरूकता कशी निर्माण केली?

१८. या कामाबद्दलचा तुमचा अनुभव काय आहे?

१९. या कामामुळे स्त्रियांचा नेमक्या कोणत्या दिशेने विकास झाला असे वाटते?

२०. सध्याच्या व कामाच्या पद्धतीमध्ये उणिवा/त्रुटी आहेत असं तुम्हाला वाटतं
     का? कोणत्या?

२१. यात सुधारणा करण्यासाठी नेमके काय प्रयत्न केले जातात?

२२. काम करताना कोणत्या समस्या, प्रश्न जाणवतात?

२३. सुरुवातीच्या काळातील प्रश्न व आत्ताचे प्रश्न यात काही फरक जाणवतो का?

२४. संस्थेची achievement काय आहे असं सांगाल?

२५. संस्थेचे स्वत:चे प्रश्न काय आहेत?

२६. संस्थेला फंड कुठून मिळतात?

२७. त्यांचा वापर करण्याची काय पद्धत ठरवली आहे?

२८. त्याप्रमाणे त्याचा उपयोग होतो का? की ऐनवेळी काही बदल करावे लागतात?
     का?

२९. खर्च करताना प्राधान्यक्रम कसा ठरवता?

३०. संस्थेचे उद्दिष्ट पूर्ण झाले का?

३१. आजही त्या भागांमधील स्त्रियांचे कुठले प्रश्न जाणवतात की, त्याविषयी काम करण्याची गरज आहे?

३२. संस्थेने स्थानिक नेतृत्व निर्माण करायचा प्रयत्न केला का? त्याला प्रतिसाद कसा मिळतो?

३३. संस्थेला शासनाकडून काही मदत मिळते का? मिळत असल्यास कुठल्या प्रकारची?

३४. संस्थेच्या भविष्यातील योजना काय आहेत?

३५. संस्थेच्या सोशल वर्कर्सना गावकऱ्यांकडून कसा प्रतिसाद मिळतो? (फक्त head ला विचारणे).

❏

परिशिष्ट ४

अभ्यास म्हणून किंवा आवड म्हणूनही संशोधन करणाऱ्या व्यक्ती असतात. ज्यावर संशोधन होऊ शकते असे विषय –

सामाजिक शास्त्रांमध्ये –

• लोकसंख्या • रोजगार • कौटुंबिक अत्याचार • झोपडपट्ट्या • आर्थिक विषमतेचे परिणाम • लिंगभेद • औपचारिक-अनौपचारिक शिक्षण • विशेष शाळा (गतिमंद, अंध, अपंग) • शिक्षण व आरोग्य • वृद्धांच्या समस्या • पाषाण शाळा (दगड खाणीतील शाळा) • बोंगाळी शाळा (वीटभट्टीवर काम करणाऱ्या मुलांसाठीच्या शाळा) • साखर शाळा • फिरत्या शाळा (बांधकामावर काम करणाऱ्या मजुरांच्या मुलांसाठी शाळा) • उच्च शिक्षणाच्या समस्या • माहिती तंत्रज्ञान क्षेत्राचा पारंपरिक शिक्षणावरील परिणाम • नागरी समस्या • विविध प्रकारच्या स्थलांतराचे परिणाम • राजकीय पुढाऱ्यांची लोकप्रतिमा • वाढते मनोविकार • घटस्फोट व स्त्रीचा दर्जा • स्त्रीविषयक चळवळींचे मूल्यमापन • शहरसुधारणा व नागरिकांचा सहभाग • व्यावसायिक शिक्षण • सामाजिक संस्था व समाजसुधारणा • औद्योगिकीकरण

अर्थ व व्यापार

• खाजगी बँका • बंद पडलेले उद्योग • बचत गट • शेतकरी कर्ज • बांधकाम उद्योग • बाल कामगार • महिला कामगार • उद्योजक महिला • विविध प्रकारची पर्यटने (कृषि, सामाजिक इ.) • ठिकठिकाणच्या ग्राहक पंचायती • खाजगी विमा क्षेत्र • विमा ग्राम • व्यवस्थापनाचे बदलते स्वरूप • गृहउद्योग • पतसंस्था • वाहतूक समस्या • पारंपरिक व्यवसाय • उत्पादन गुणवत्ता • परकीय बाजारपेठेचे आक्रमण • शॉपिंग मॉल्स • ग्राहकांची मनसिकता • लघुउद्योग • कामगार संघटना • धरणग्रस्तांचे प्रश्न • धरणांमुळे शेती व्यवसायात झालेला बदल • हस्तकला • सहकार क्षेत्र • खाजगी क्षेत्रातील व्यवस्थापनापुढची आव्हाने • शासनाच्या एकाधिकार योजना • शेतीचे बदलते स्वरूप • मस्य व्यवसाय • निर्यात व्यवसाय • आर्थिक योजनांचे मूल्यमापन

❑

www.ingramcontent.com/pod-product-compliance
Lightning Source LLC
Chambersburg PA
CBHW031358160726
47993CB00003B/1012